ĂN TIẾNG SCANDINAVIA KHÁM PHÁ

Tạo ra 100 hương vị Scandinavia đích thực từ đầu đến cuối

Công Danh

Tài liệu bản quyền ©2023

Đã đăng ký Bản quyền

Không phần nào của cuốn sách này được phép sử dụng hoặc truyền đi dưới bất kỳ hình thức nào hoặc bằng bất kỳ phương tiện nào mà không có sự đồng ý bằng văn bản thích hợp của nhà xuất bản và chủ sở hữu bản quyền, ngoại trừ những trích dẫn ngắn gọn được sử dụng trong bài đánh giá. Cuốn sách này không nên được coi là sự thay thế cho lời khuyên về y tế, pháp lý hoặc chuyên môn khác.

MỤC LỤC

- MỤC LỤC 3
- **GIỚI THIỆU** 6
- **BỮA SÁNG** 7
  - 1. Krumkake Na Uy 8
  - 2. Bánh quế nghệ tây Thụy Điển 10
  - 3. Bánh xèo Thụy Điển 12
  - 4. Bánh mì Giáng sinh Na Uy 14
  - 5. Bánh xèo Na Uy 16
  - 6. Bánh nướng xốp nho khô Rum Đan Mạch 18
  - 7. Salad trứng kiểu Đan Mạch 20
  - 8. Bánh nghệ tây Thụy Điển (Saffransbröd) 22
  - 9. Bột băm Thụy Điển 25
  - 10. Bánh xèo Thụy Điển 27
  - 11. Bánh mì lúa mạch đen Đan Mạch 29
  - 12. Lefsa (Bánh mì khoai tây Na Uy) 31
  - 13. Ngũ cốc lúa mạch đen Đan Mạch 33
  - 14. Bánh mì dẹt Thụy Điển 35
  - 15. Bánh mì bia Thụy Điển 37
  - 16. Raggmunk (Bánh kếp khoai tây Thụy Điển) 40
  - 17. Bánh quế feta và rau bina Đan Mạch 42
  - 18. Bánh crepe trứng, giăm bông và phô mai 44
  - 19. Bánh Boller Na Uy 46
- **MÓN ẨM** 48
  - 20. Kringler Đan Mạch 49
  - 21. Aebleskiver của Đan Mạch 51
  - 22. Thụy Điển Aniswe Twists 53
  - 23. Dandies Đan Mạch (Danske Smakager) 55
  - 24. Món khai vị thịt viên Thụy Điển 57
  - 25. Hạt có đường Na Uy 59
  - 26. Ốc Đan Mạch 61
  - 27. Thanh hạnh nhân Na Uy 63
  - 28. Thịt gà viên kiểu Na Uy 65
  - 29. Thịt viên Na Uy sốt thạch nho 67
- **BÁNH BÁNH** 69
  - 30. Hỗn hợp bánh quy mũ Napoleon 70
  - 31. Fattigmann (Bánh quy Giáng sinh Na Uy) 72
  - 32. Lưỡi liềm Giáng sinh Thụy Điển 74
  - 33. Pepparkakor (Bánh quy gừng Thụy Điển) 76
  - 34. Bánh quy ngón tay cái Thụy Điển 78
  - 35. Bánh quy yến mạch Thụy Điển 80
  - 36. Bánh quy bơ Thụy Điển 82
  - 37. Bánh quy Spritz Thụy Điển 84
  - 38. Bánh quy gừng Thụy Điển 86
  - 39. Gingersnaps cam Thụy Điển 88

40. Bánh quy mật đường Na Uy 90
41. Lưỡi liềm hạnh nhân Thụy Điển 92
XÚC XÍCH 94
42. Xúc xích gan Đan Mạch 95
43. Xúc xích thịt lợn Đan Mạch 97
44. Xúc xích khoai tây Thụy Điển 99
45. Sừng Oxford Đan Mạch 101
46. Xúc xích Na Uy 103
MÓN CHÍNH 105
47. Janssons Frestelse Lasagna Thụy Điển 106
48. Thịt bê nướng kiểu Thụy Điển 108
49. Hamburger với hành tây, kiểu Thụy Điển 110
50. Cá hồi luộc kiểu Na Uy với bơ cá cơm 112
51. Bánh mì thịt Thụy Điển 114
52. Bò nướng kiểu Thụy Điển 116
53. Gravlax (Cá hồi muối và đường Thụy Điển) 118
54. Salad gà Thụy Điển 121
55. Cá hồi chữa bệnh bằng cây bách xù Na Uy 123
56. Bít tết kiểu Thụy Điển 125
57. Súp đậu Na Uy 127
58. Cá Hồi Nướng Hành 129
MÓN MẶT VÀ SALAD 131
59. Salad thịt Na Uy 132
60. Hành tây chiên giòn Đan Mạch 134
61. Cà chua nướng phô mai Feta Đan Mạch 136
62. Tôm hùm Na Uy với salad khoai tây và kem 138
63. Đậu nướng Thụy Điển 141
64. Táo nướng Na Uy 143
65. Cuộn bắp cải kiểu Đan Mạch 145
66. Xà lách trộn Thụy Điển với thì là 147
67. Rutabagas Thụy Điển 149
68. Salad dưa chuột kiểu Đan Mạch 151
69. Khoai tây mùi tây Na Uy 153
SÚP TRÁI CÂY 155
70. Súp Táo Đan Mạch 156
71. Súp việt quất Na Uy 158
72. Súp táo Đan Mạch với trái cây và rượu vang 160
73. Chè Đan Mạch 162
74. Súp trái cây Na Uy (Sotsuppe) 164
MÓN TRÁNG MIỆNG 166
75. Rượu mùi trái cây Thụy Điển 167
76. Bánh tart sô cô la Thụy Điển konungens 169
77. Bánh phô mai xanh Đan Mạch 172
78. Pudding hạnh nhân Na Uy 174
79. Bánh Xốp Thụy Điển 176
80. Bánh quế Thụy Điển thuần chay (Kanelbullar) 178

81. Bánh Puff Coffee Thụy Điển	181
82. Măng Cầu Phô Mai Thụy Điển	183
83. Kem Thụy Điển với quả mọng	185
84. Nón Đan Mạch	187
85. Pudding Giáng sinh Na Uy	189
86. Lingonberry Thụy Điển Pavlova	191
87. Bánh Sôcôla Thụy Điển	193
88. Bánh cà phê Na Uy "Kringlas"	195
89. Bánh táo và mận Đan Mạch	197
90. Món tráng miệng đại hoàng Na Uy	199
91. Tosca Thụy Điển	201
92. Rủi ro Na Uy	204
93. Nước xốt Đan Mạch	206
94. Bánh phô mai Thụy Điển	208
95. Bánh tart cá hồi Na Uy	210
ĐỒ UỐNG	**212**
96. Búa Thần	213
97. Bác Sĩ	215
98. Cà phê Thụy Điển Mix	217
99. Ngọn giáo Thụy Điển	219
100. Cà Phê Đan Mạch	221
KẾT LUẬN	**223**

GIỚI THIỆU

Trong thế giới đầy mê hoặc của "Món ăn Scandinavi được tiết lộ", chúng tôi gửi lời mời nồng nhiệt để bạn đắm mình trong những hương vị quyến rũ của miền Bắc, nơi nghệ thuật nấu ăn thủ công biến mỗi món ăn thành một kiệt tác ẩm thực. Cuốn sách nấu ăn này đóng vai trò như một cánh cửa để khám phá tấm thảm phong phú của ẩm thực Scandinavia, làm sáng tỏ những bí mật và truyền thống đã nâng những món ngon miền Bắc này lên thành một vương quốc ẩm thực đầy mê hoặc. Hãy hình dung những vịnh hẹp thanh bình, những khu rừng xanh tươi và những căn bếp thân mật của Scandinavia, nơi mỗi bữa ăn là một bản giao hưởng của sự đơn giản, tươi mát và mối liên hệ sâu sắc với kho báu thiên nhiên phong phú của khu vực. "ĂN TIẾNG SCANDINAVIA KHÁM PHÁ" không chỉ đơn thuần là tổng hợp các công thức nấu ăn; đây là một hướng dẫn toàn diện, mời gọi bạn chế biến 100 hương vị Scandinavia đích thực trong sự thoải mái ngay trong căn bếp của riêng bạn — một hành trình mang tinh hoa của miền Bắc trực tiếp đến bàn ăn của bạn. Khi bạn bắt tay vào cuộc phiêu lưu ẩm thực này, hãy chuẩn bị tinh thần để khai thác toàn bộ tiềm năng của căn bếp của bạn. Vui mừng khi khám phá ra cách làm việc với các nguyên liệu có nguồn gốc địa phương, mài giũa các kỹ thuật được tôn vinh theo thời gian và truyền vào sự sáng tạo của bạn sự ấm áp và chân thực, những điều tạo nên cốt lõi của phong cách nấu ăn tại nhà của người Scandinavi. Cho dù bạn bị cuốn hút bởi bản giao hưởng thơm ngon của món smørrebrød hay sự quyến rũ ngọt ngào của các món ăn Bắc Âu, thì mỗi công thức trong các trang này đều là cánh cổng dẫn đến tâm hồn của miền Bắc—nơi mà mỗi miếng ăn đều kể lại một câu chuyện về sự phong phú văn hóa và di sản ẩm thực. Hãy cùng chúng tôi khám phá những bí mật ẩn sâu trong nền ẩm thực Scandinavia. Mỗi tác phẩm được tạo ra từ đầu là một sự tri ân chân thành đến sức hấp dẫn lâu dài của ẩm thực Bắc Âu, nơi tính chân thực ngự trị tối cao. Cầu mong căn bếp của bạn tràn ngập mùi thơm dễ chịu của thì là, tinh chất không thể nhầm lẫn của lúa mạch đen và cảm giác hài lòng tuyệt đối khi tạo ra những hương vị đích thực này bằng chính đôi tay của bạn.

Vì vậy, hãy để cuộc phiêu lưu ẩm thực mở ra. Cầu mong "ĂN TIẾNG SCANDINAVIA KHÁM PHÁ" sẽ là người dẫn đường, dẫn bạn đi qua những kỳ quan hấp dẫn của miền Bắc, và cầu mong căn bếp của bạn mãi mãi thấm nhuần tinh thần hiếu khách của người Bắc Âu và sức hấp dẫn vượt thời gian của những món ngon Scandinavia nguyên gốc. Skål!

BỮA SÁNG

1. Krumkake Na Uy

THÀNH PHẦN:
- 1 cốc bột mì đa dụng
- ½ chén đường cát
- 2 quả trứng lớn
- ½ cốc bơ không muối, tan chảy
- ½ cốc kem đặc
- ½ muỗng cà phê thảo quả xay (tùy chọn)
- ½ muỗng cà phê chiết xuất vani
- Đường bột để rắc (tùy chọn)

THIẾT BỊ ĐẶC BIỆT:
- Krumkake sắt (một loại máy làm bánh quế đặc biệt)
- Con lăn hình nón Krumkake (để tạo hình bánh quế thành hình nón)

HƯỚNG DẪN:
a) Trong một tô trộn, trộn đều bột mì và đường.
b) Trong một bát riêng, đánh trứng. Thêm bơ tan chảy, kem đặc, bạch đậu khấu (nếu dùng) và chiết xuất vani. Đánh đều cho đến khi kết hợp tốt.
c) Đổ nguyên liệu ướt vào nguyên liệu khô và đánh đều cho đến khi thu được hỗn hợp bột mịn. Bột bánh phải có độ đặc tương tự như bột bánh pancake.
d) Làm nóng bàn ủi krumkake trước theo hướng dẫn của nhà sản xuất.
e) Bôi nhẹ bàn ủi krumkake nóng bằng bình xịt nấu ăn hoặc bơ tan chảy.
f) Múc khoảng 1 thìa bột vào giữa bàn ủi và đóng chặt lại.
g) Nấu krumkake trong khoảng 20-30 giây hoặc cho đến khi có màu vàng nâu. Hãy để ý kỹ để tránh bị cháy.
h) Cẩn thận lấy krumkake ra khỏi bàn ủi bằng nĩa hoặc thìa và ngay lập tức cuộn nó thành hình nón bằng con lăn hình nón krumkake. Hãy cẩn thận vì krumkake sẽ rất nóng.
i) Đặt krumkake đã cuộn lên giá lưới để nguội và đông lại. Nó sẽ trở nên giòn khi nguội.
j) Lặp lại quy trình với phần bột còn lại, bôi mỡ lên bàn ủi mỗi lần.
k) Khi nón krumkake đã nguội và trở nên giòn, bạn có thể rắc đường bột lên chúng nếu muốn.
l) Phục vụ nón krumkake như hiện tại hoặc phủ kem đánh bông, chất bảo quản trái cây hoặc các loại nhân ngọt khác mà bạn chọn.
m) Bảo quản krumkake còn sót lại trong hộp kín để duy trì độ giòn của nó.

2. Bánh quế nghệ tây Thụy Điển

THÀNH PHẦN:
- 2 chén bột mì đa dụng
- ½ chén đường cát
- 1 muỗng canh bột nở
- ¼ thìa cà phê muối
- ½ thìa cà phê bạch đậu khấu xay
- ½ thìa cà phê sợi nghệ tây
- 2 ½ cốc sữa
- ½ cốc bơ không muối, đun chảy và để nguội
- 2 quả trứng lớn
- Kem tươi và mứt dâu linh chi dùng kèm (tùy chọn)

HƯỚNG DẪN:
a) Trong một cái bát nhỏ, dùng cối và chày nghiền nát sợi nghệ tây cho đến khi chúng tỏa ra mùi thơm và màu sắc.
b) Trong một tô trộn lớn, trộn đều bột mì, đường, bột nở, muối, thảo quả xay và nghệ tây nghiền.
c) Trong một bát riêng, đánh đều sữa, bơ tan chảy và trứng cho đến khi hòa quyện.
d) Đổ nguyên liệu ướt vào nguyên liệu khô và đánh đều cho đến khi thu được hỗn hợp bột mịn. Bột phải có độ đặc có thể rót được.
e) Đậy bột lại và để bột nghỉ ở nhiệt độ phòng khoảng 30 phút cho bột thấm gia vị.
f) Làm nóng trước bàn ủi bánh quế của bạn theo hướng dẫn của nhà sản xuất.
g) Bôi nhẹ bàn ủi bánh quế nóng bằng bình xịt nấu ăn hoặc bơ tan chảy.
h) Đổ một phần bột vào giữa bàn ủi, sử dụng lượng bột được khuyến nghị tùy theo kích cỡ bàn ủi bánh quế của bạn.
i) Đóng bàn ủi bánh quế và nấu cho đến khi bánh quế nghệ tây có màu nâu vàng và giòn.
j) Cẩn thận lấy bánh quế nghệ tây ra khỏi bàn ủi và đặt chúng lên giá lưới để nguội một chút.
k) Lặp lại quy trình với phần bột còn lại, bôi mỡ lên bàn ủi mỗi lần.
l) Phục vụ bánh quế nghệ tây còn ấm, nguyên hoặc với một ít kem đánh bông và một thìa mứt dâu tây lên trên.

3.Pancakes Thụy Điển

THÀNH PHẦN:
- 4 quả trứng cực lớn, tách ra
- 1 cốc bột mì đa dụng
- 1/2 thìa cà phê muối
- 2 muỗng canh đường trắng
- 1 cốc sữa
- 3 muỗng canh kem chua
- 4 lòng trắng trứng
- 3 muỗng canh dầu thực vật

HƯỚNG DẪN:
a) Đánh lòng đỏ trứng trong tô trộn cỡ vừa cho đến khi nó đặc lại. Rây đường, muối và bột mì vào một tô riêng. Dần dần thêm hỗn hợp đường và sữa vào lòng đỏ trứng đã đánh bông. Trộn trong kem chua.
b) Đánh lòng trắng trứng trong tô trộn cỡ vừa, đảm bảo lòng trắng không bị khô mà cứng. Gấp lòng trắng trứng vào bột.
c) Đổ một lượng nhỏ dầu vào chảo hoặc vỉ nướng đã đun nóng ở nhiệt độ cao. Cho khoảng 1 thìa bột vào chảo, dàn đều bột. Đun nóng bánh pancake cho đến khi chín vàng một mặt.
d) Lật bánh khi bề mặt có bọt. Đun nóng mặt còn lại cho đến khi có màu nâu và lặp lại quá trình này với phần bột còn lại.

4.Bánh mì Giáng sinh Na Uy

THÀNH PHẦN:
- 2 gói Men khô
- ½ cốc nước ấm
- 1 thìa cà phê đường
- 1 cốc sữa, bỏng
- ½ cốc bơ
- 1 quả trứng, đánh đập
- ½ cốc đường
- ½ thìa muối
- ¾ thìa cà phê bạch đậu khấu
- 5 cốc bột mì, khoảng
- ½ cốc Citron, cắt nhỏ
- ½ chén kẹo anh đào, cắt nhỏ
- ½ chén nho khô trắng

HƯỚNG DẪN:
a) Hòa tan men vào nước ấm có chút đường.
b) Đun sôi sữa và thêm bơ; nguội đến ấm. Thêm trứng và sau đó là hỗn hợp men.
c) Thêm đường, muối và bạch đậu khấu. Đánh 2 chén bột vào và trộn đều.
d) Trộn trái cây với một ít bột mì còn lại cho khỏi dính vào nhau rồi cho vào hỗn hợp.
e) Khuấy phần bột còn lại. Nhào trên một miếng vải bột cho đến khi mịn. Đặt trong một bát mỡ. Che và để nó tăng lên cho đến khi tăng gấp đôi.
f) Chia bột thành hai phần và tạo thành những ổ bánh tròn. Đặt trên các tấm bánh quy hoặc chảo bánh đã phết dầu mỡ. Hãy tăng cho đến khi gần gấp đôi.
g) Nướng ở nhiệt độ 350 độ F trong 30 đến 40 phút.
h) Khi còn ấm, phết bơ mềm hoặc trang trí với đường bột trộn với hương liệu hạnh nhân, sau đó thêm hạnh nhân và nhiều kẹo anh đào hơn.

5. Bánh xèo Na Uy

THÀNH PHẦN:
- 1 muỗng canh bơ tan chảy
- ⅔ cốc sữa
- 2 lòng đỏ trứng
- 2 lòng trắng trứng
- ¼ cốc kem đặc
- 1 muỗng cà phê bột nở
- ½ chén bột mì

HƯỚNG DẪN:
a) Trộn bột mì, bột nở, sữa và lòng đỏ trứng thành một khối bột mịn đẹp.
b) Thêm kem và bơ tan chảy.
c) Đánh lòng trắng trứng cho đến khi bông cứng rồi cho vào bột.
d) Chiên bột trong chảo rán 8-12".
e) Khi chiên, phết bất kỳ loại mứt nào lên bánh kếp, sau đó gấp làm bốn và dùng như một món tráng miệng.

6.Bánh nướng xốp nho khô Rum Đan Mạch

THÀNH PHẦN:
- 1 cốc nho khô
- 1 cốc rượu rum đen
- 2 cốc bột
- ½ cốc đường
- 1½ thìa cà phê bột nở
- ½ muỗng cà phê Baking soda
- ¼ thìa cà phê muối
- ¼ muỗng cà phê hạt nhục đậu khấu
- ¾ Dính bơ
- 1 cốc kem chua
- 1 quả trứng
- ¾ thìa cà phê Vani

HƯỚNG DẪN:
a) Ngâm nho khô trong rượu rum qua đêm. Xả và dự trữ rượu rum.
b) Trong một tô lớn, trộn bột mì nguyên liệu khô, đường, bột nở, baking soda, muối và hạt nhục đậu khấu.
c) Cắt bơ cho đến khi nó giống như bột thô.
d) Trộn nho khô đã ráo nước vào.
e) Trong một bát riêng, đánh đều kem chua, trứng, vani và 2 thìa rượu rum cho đến khi mịn.
f) Tạo một hố cho nguyên liệu khô và đổ hỗn hợp ướt vào.
g) Đổ đầy ¾ khuôn bánh muffin vào khuôn.
h) Nướng trong lò đã làm nóng trước ở nhiệt độ 375°F (190°C) cho đến khi chín vàng, khoảng 20 phút.

7. Salad trứng kiểu Đan Mạch

THÀNH PHẦN:
- ½ pound Đậu Hà Lan đông lạnh
- 1 lon (2,25-oz) tôm nhỏ
- 6 quả trứng; đun sôi trong 10 phút
- 3 ounce cá hồi hun khói
- 1 ½ ounce sốt Mayonnaise
- 4 ounce kem chua
- Muối và hạt tiêu cho vừa ăn
- 1 nhúm Đường
- ¼ chanh; nước ép của
- ½ bó rau mùi tây; băm nhỏ
- 1 quả cà chua
- Một ít rau mùi tây

HƯỚNG DẪN:
a) Nấu đậu Hà Lan theo hướng dẫn trên bao bì; để ráo nước và để chúng nguội.
b) Xả tôm.
c) Gọt vỏ và cắt lát trứng luộc.
d) Cắt cá hồi hun khói thành dải nhỏ.
e) Trộn tất cả các thành phần lại với nhau.
f) Chuẩn bị nước xốt bằng cách kết hợp sốt mayonnaise, kem chua, muối, tiêu, đường, mùi tây cắt nhỏ và nước cốt chanh cho vừa ăn.
g) Cẩn thận kết hợp tất cả các thành phần và làm lạnh trong 10-15 phút.
h) Gọt vỏ cà chua và cắt thành nêm.
i) Trang trí món salad với một ít rau mùi tây.

8.Bánh nghệ tây Thụy Điển (Saffransbröd)

THÀNH PHẦN:
- ½ thìa cà phê sợi nghệ tây khô
- 1 cốc rưỡi
- 2 phong bì men khô
- ¼ cốc nước ấm
- 1 thìa đường
- ⅓ cốc đường
- 1 thìa cà phê muối
- ⅓ cốc bơ không muối
- 1 quả trứng, đánh bông
- 4 chén bột rây, hoặc khi cần
- 1 lòng đỏ trứng đánh bông với 1 thìa sữa
- 1 lòng trắng trứng, đánh bông
- Nho khô hoặc nho để trang trí
- Đường cục, nghiền nát
- Hạnh nhân chần

HƯỚNG DẪN:

a) Nghiền nghệ tây khô thành bột mịn và ngâm trong 1 hoặc 2 thìa canh rưỡi nước ấm trong 10 phút.

b) Rắc men vào ¼ cốc nước ấm, thêm 1 thìa đường, đậy nắp nhẹ và để ở nơi ấm áp trong 5 đến 10 phút hoặc cho đến khi nổi bọt.

c) Đun sôi nửa rưỡi còn lại rồi thêm ⅓ cốc đường, muối và bơ. Khuấy cho đến khi bơ tan chảy. Làm mát đến ấm.

d) Thêm hỗn hợp đã đun sôi vào hỗn hợp men cùng với sữa nghệ tây đã lọc và 1 quả trứng đã đánh bông. Trộn đều.

e) Từ từ cho bột mì vào khuấy đều cho đến khi hỗn hợp mịn, không dính nhưng vẫn mềm và dẻo. Nhào trong 10 phút hoặc cho đến khi bóng và đàn hồi.

f) Đặt khối bột vào một cái bát đã rắc chút bột mì, rắc bột mì lên trên mặt bột, đậy kín và để bột nở ở một góc không có gió lùa cho đến khi bột nở gấp đôi, khoảng 1 tiếng rưỡi.

g) Đấm bột xuống và nhào trong 2 hoặc 3 phút. Định hình nó thành các dạng (đối với "mèo" như mô tả bên dưới). Để bột nở trong 30 phút và nướng trong lò đã làm nóng trước ở nhiệt độ 400°F trong 10 phút. Giảm nhiệt xuống 350°F và nướng thêm 30 phút nữa hoặc cho đến khi có màu vàng nâu.

Lussekatter - Mèo Lucia:

h) Bóp từng miếng bột nhỏ và cuộn thành hình xúc xích dài 5-7 inch.

i) Đặt các dải này thành từng cặp, kẹp các tâm lại với nhau và cuộn bốn đầu ra ngoài.

j) Phủ men lòng đỏ trứng và nướng.

k) Dùng một ít lòng trắng trứng, phết nho khô hoặc nho vào giữa mỗi cuộn bánh nóng.

9. Bữa ăn băm Thụy Điển

THÀNH PHẦN:
- 1 & 1/2 muỗng canh dầu ô liu
- 1/2 kg khoai tây, gọt vỏ và thái hạt lựu
- 1 củ hành vừa, thái nhỏ
- 5 ounce thịt lợn hun khói, thái hạt lựu
- 5 ounce giăm bông, thái hạt lựu (khoảng 1/2 cốc, chất đống)
- 10 ounce xúc xích, thái hạt lựu (khoảng 300 gram)
- muối và hạt tiêu, để nêm
- mùi tây, cắt nhỏ để trang trí

HƯỚNG DẪN:
a) Đặt chảo vừa hoặc lớn trên lửa vừa cao, sau đó thêm dầu.
b) Khi dầu nóng, thêm khoai tây thái hạt lựu vào.
c) Nấu cho đến khi khoai tây chín được một nửa.
d) Thêm hành, muối và hạt tiêu.
e) Điều chỉnh nhiệt độ vừa và nấu trong khoảng 4 phút hoặc cho đến khi hành tây mềm.
f) Thêm thịt lợn hun khói, giăm bông và xúc xích.
g) Nấu cho đến khi khoai tây chín, đồng thời kiểm tra và điều chỉnh gia vị trong thời gian này.
h) Nhấc chảo ra khỏi bếp và chuyển ra đĩa.
i) Ăn kèm với một ít củ cải muối và trứng chiên.

10.Bánh xèo Thụy Điển

THÀNH PHẦN:
- 3 cốc sữa
- 4 quả trứng lớn
- 2 cốc bột
- 4 muỗng canh bơ, tan chảy
- 1 thìa cà phê muối
- 2 thìa đường

HƯỚNG DẪN:
a) Đánh trứng tốt.
b) Thêm sữa, bơ tan chảy, muối và bột mì.
c) Nướng trong chảo 9 X 13 đã bôi mỡ trong lò 425°F trong 25-30 phút.
d) Cắt thành hình vuông và dùng ngay với bơ và xi-rô.

11. Bánh mì lúa mạch đen Đan Mạch

THÀNH PHẦN:

1 ngày
- 2 cốc (500 ml) nước, nhiệt độ phòng
- 3 cốc (300 g) bột lúa mạch đen nguyên hạt
- 1 oz. (25 g) bột chua lúa mạch đen

Ngày 2
- 4 cốc (1 lít) nước, nhiệt độ phòng
- 8 cốc (800 g) bột lúa mạch đen nguyên hạt
- 2 cốc (250 g) bột mì nguyên hạt
- 2 thìa canh (35 g) muối
- 4½ oz. (125 g) hạt hướng dương
- 4½ oz. (125 g) hạt bí ngô
- 2 oz. (75 g) hạt lanh nguyên hạt

HƯỚNG DẪN:

a) Trộn đều các thành phần và để yên ở nhiệt độ phòng qua đêm.

b) Kết hợp bột đã làm ngày hôm trước với các nguyên liệu mới. Trộn kỹ trong khoảng 10 phút.

c) Chia bột thành ba khuôn ổ bánh mì 8 × 4 × 3 inch (1½ lít). Chảo chỉ nên đổ đầy 2/3 quãng đường. Để nó nở ở nơi ấm áp trong 3-4 giờ.

d) Nhiệt độ lò ban đầu: 475°F (250°C)

e) Đặt chảo vào lò nướng và giảm nhiệt độ xuống 350°F (180°C). Rắc một cốc nước lên sàn lò. Nướng bánh trong 40–50 phút.

f) Ngày 2: Trộn các nguyên liệu còn lại với món khai vị.

g) Trộn đều bột trong khoảng 10 phút.

h) Đặt bột vào chảo ổ bánh mì 8 × 4 × 3 inch (1 1/2 lít). Đổ đầy chảo không quá hai phần ba đường lên trên. Ủ cho đến khi bột chạm mép chảo.

12.Lefsa (Bánh mì khoai tây Na Uy)

THÀNH PHẦN:
- 3 cốc khoai tây nghiền Jack ăn liền
- 1 thìa cà phê muối
- ¼ cốc bơ thực vật
- 1 cốc sữa
- 1 cốc bột mì
- Bơ và đường nâu cho vừa ăn

HƯỚNG DẪN:

a) Đun chảy bơ thực vật và muối trong 1 cốc nước sôi. Đổ hỗn hợp lên khoai tây nghiền ngay và khuấy đều.

b) Thêm 1 cốc sữa và 1 cốc bột mì; khuấy đều rồi để nguội trong tủ lạnh.

c) Cán hỗn hợp thành những quả bóng có kích thước bằng quả bóng golf, sau đó cán mỏng.

d) Nướng trên vỉ nướng nóng (có phết một ít dầu), chiên vàng nhẹ cả hai mặt.

e) Cuộn lefsa với bơ và đường nâu bên trong. Ngoài ra, bạn có thể thay thế các loại nhân khác tùy theo sở thích.

13.Ngũ cốc lúa mạch đen Đan Mạch

THÀNH PHẦN:
- 1 cốc quả lúa mạch đen nguyên hạt, chưa qua chế biến
- 2 thìa cà phê quế xay
- 1 muỗng cà phê hạt caraway
- 1 muỗng canh chiết xuất vani
- 3 cốc nước
- ¼ cốc nho khô
- Phô mai Ricotta (tùy chọn)
- Đường (tùy chọn)

HƯỚNG DẪN:
a) Kết hợp tất cả các thành phần ngoại trừ nho khô, ricotta và đường vào nồi; trộn đều.
b) Đun sôi.
c) Giảm nhiệt để đun nhỏ lửa và nấu, đậy nắp trong 1 giờ. Thỉnh thoảng khuấy; thêm nước nếu cần để tránh bị cháy.
d) Trong 15 phút nấu cuối cùng, thêm nho khô.
e) Phủ lên trên mỗi khẩu phần một ít phô mai ricotta và đường, nếu muốn.

14. Bánh mì dẹt Thụy Điển

THÀNH PHẦN:

- 2 chén bột mì trắng
- ¾ chén bột lúa mạch đen
- ¼ cốc đường
- ½ muỗng cà phê Baking soda
- ½ thìa muối
- ½ cốc bơ hoặc bơ thực vật
- 1 cốc bơ sữa
- 2 thìa hạt thì là

HƯỚNG DẪN:

a) Trong một bát, trộn bột mì trắng, bột lúa mạch đen, đường, muối và baking soda.
b) Cắt bơ thực vật cho đến khi hỗn hợp giống như những mảnh vụn mịn.
c) Khuấy sữa bơ và thêm hạt thì là, dùng nĩa, cho đến khi hỗn hợp quyện lại với nhau.
d) Nặn bột thành những quả bóng nhỏ và lăn chúng trên một tấm bột mì để tạo thành những viên tròn rất mỏng, đường kính khoảng 4 đến 5 inch.
e) Nướng trên các tấm không phết mỡ ở nhiệt độ 375°F trong khoảng năm phút hoặc cho đến khi chúng có màu nâu nhạt.

15. Bánh mì bia Thụy Điển

THÀNH PHẦN:
- 1 gói Men khô
- 1 thìa cà phê đường cát
- ½ cốc nước ấm (100°F)
- 2 cốc bia, đun nóng đến ấm
- ½ chén mật ong (gia giảm tùy khẩu vị)
- 2 muỗng canh bơ, tan chảy
- 2 thìa cà phê muối
- 1 muỗng cà phê thảo quả, xay (tùy chọn)
- 1 muỗng canh hạt caraway, nghiền nát, hoặc ¾ muỗng cà phê hạt hồi, nghiền nát
- 2 muỗng canh vỏ cam tươi hoặc kẹo, cắt nhỏ
- 2½ chén bột mì, lúa mạch đen
- 3 chén bột mì, chưa tẩy trắng

HƯỚNG DẪN:

a) Hòa tan men và đường trong nước ấm trong một tô lớn và ủ trong năm phút.
b) Kết hợp bia, mật ong, bơ tan chảy và muối. Khuấy đều và thêm vào hỗn hợp men.
c) Thêm bạch đậu khấu, hạt caraway nghiền nát hoặc hoa hồi và vỏ cam cắt nhỏ. Trộn đều.
d) Trộn bột, sau đó thêm ba cốc hỗn hợp này vào chất lỏng. Đánh thật nhanh.
e) Che lại bằng một chiếc khăn trà và để ở nơi tối, ấm áp trong khoảng một giờ.
f) Khuấy đều và thêm lượng bột còn lại vừa đủ để tạo thành một khối bột khá cứng nhưng vẫn dính.
g) Đổ bột lên thớt và nhào bột cho đến khi mịn và đàn hồi. Thêm nhiều bột vào bảng nếu cần.
h) Tạo khối bột thành một quả bóng, phết dầu lên bề mặt và cho vào tô đã phết dầu. Che lại bằng khăn trà và ủ lần thứ hai, khoảng một giờ.
i) Đấm xuống, tạo hình thành hai quả bóng và đặt lên khay nướng đã phết dầu mỡ có rắc bột ngô.
j) Quét bơ tan chảy lên, phủ nhẹ bằng giấy sáp và để trong tủ lạnh trong ba giờ.
k) Lấy ra khỏi tủ lạnh và để yên trên quầy, không đậy nắp, trong mười đến mười lăm phút.
l) Nướng trong lò ở nhiệt độ 375°F cho đến khi bánh mì nghe có vẻ rỗng khi gõ vào đáy, khoảng 40 đến 45 phút.
m) Làm nguội trước khi cắt lát.

16.Raggmunk (Bánh kếp khoai tây Thụy Điển)

THÀNH PHẦN:
- 3 thìa bột mì
- ½ thìa muối
- 1¼ decilit Sữa gầy
- 1 quả trứng
- 90 gram Khoai tây, gọt vỏ
- 1 muỗng cà phê dầu hoặc bơ thực vật

HƯỚNG DẪN:

a) Trộn đều bột mì và muối với một nửa lượng sữa.
b) Thêm trứng và phần sữa còn lại vào.
c) Nghiền khoai tây và thêm chúng vào hỗn hợp. Khuấy đều.
d) Đun chảy bơ thực vật trong chảo rán.
e) Cho một lớp hỗn hợp mỏng vào chảo rán và chiên cho đến khi có màu nâu nhạt.
f) Lật và chiên mặt còn lại cho đến khi có màu nâu.
g) Phục vụ Raggmunk của bạn với mứt linh chi không đường và một số loại rau. Bạn cũng có thể thay thế một số khoai tây bằng cà rốt để thay đổi. Thưởng thức bánh kếp khoai tây Thụy Điển của bạn!

17.quế feta và rau bina Đan Mạch

THÀNH PHẦN:

- 2 quả trứng, tách ra
- 1½ cốc sữa
- 125g bơ, tan chảy
- 1½ chén bột mì tự nở
- 1 thìa cà phê muối
- 150g feta mềm, nghiền thô ¼ cốc parmesan bào
- 150g rau chân vịt đông lạnh, rã đông, vắt bớt nước
- Thịt xông khói nướng và cà chua để phục vụ

Phương pháp

1. Chọn cài đặt BELGIAN và quay số 6 trên nút xoay điều khiển màu nâu.
2. Làm nóng trước cho đến khi đèn màu cam nhấp nháy và dòng chữ HEATING biến mất.
3. Đánh đều lòng đỏ trứng, sữa và bơ.
4. Cho bột mì và muối vào tô lớn, tạo một cái giếng ở giữa.
5. Nhẹ nhàng đánh đều hỗn hợp trứng và sữa để tạo thành hỗn hợp bột mịn. Khuấy qua feta vụn và rau bina.
6. Đánh lòng trắng trứng cho đến khi tạo thành chóp cứng, nhẹ nhàng gấp thành bột.
7. Dùng cốc định lượng bánh quế, đổ ½ cốc bột vào từng ô vuông bánh quế. Đậy nắp và nấu cho đến khi hết giờ và có tiếng bíp sẵn sàng vang lên 3 lần. Lặp lại với bột còn lại.
8. Ăn kèm thịt xông khói nướng và cà chua.

18.Bánh crepe trứng, giăm bông và phô mai

THÀNH PHẦN:
- Bơ đã tan chảy
- 2 chén bột bánh kếp mặn mặn
- 8 quả trứng
- 4 ounce giăm bông Đan Mạch cắt nhỏ
- 4 ounce jack Monterey cắt nhỏ
- Phô mai

HƯỚNG DẪN:
a) Đun nóng chảo hoặc chảo Crêpe 9 hoặc 10 inch trên lửa cao vừa phải.
b) Chải rộng rãi với bơ tan chảy.
c) Khi bơ kêu xèo xèo, thêm ¼ cốc bột bánh kiều mạch Crêpes và khuấy đều lên chảo.
d) Nhẹ nhàng đập một quả trứng vào giữa bột, giữ nguyên lòng đỏ.
e) Chỉ nấu cho đến khi lòng trắng đặc lại, lòng đỏ vẫn còn chảy nước.
f) Phủ ½ ounce giăm bông và ½ ounce phô mai lên trên.
g) Nhẹ nhàng gấp các cạnh của Crêpe lên trên phô mai. Lấy Crêpe ra đĩa ấm bằng thìa.
h) Tiếp tục với phần bột bánh Crêpe và trứng còn lại.

19.Bánh Boller Na Uy

THÀNH PHẦN:
- 1½ cốc sữa
- 1½ ounce men tươi
- 3 ounce bơ
- 4 chén bột mì
- ½ cốc đường
- 2 thìa cà phê thảo quả xay
- Nho khô để nếm (tùy chọn, 1-2 cốc)
- 1 quả trứng để tráng men

HƯỚNG DẪN:
a) Bắt đầu bằng cách làm tan chảy bơ và để nguội đến mức ấm.
b) Làm ấm sữa đến khoảng 37°C (100°F), đảm bảo sữa đạt nhiệt độ ấm.
c) Khuấy men tươi vào sữa ấm. Nếu dùng men khô thì trộn trực tiếp vào bột.
d) Trong một bát trộn riêng, trộn đường, bạch đậu khấu xay và nho khô (nếu muốn) với bột mì.
e) Thêm hỗn hợp sữa và men vào nguyên liệu khô, tiếp theo là bơ tan chảy và nguội. Khuấy mạnh cho đến khi bột trở nên bóng và dẻo. Nếu bột quá dính, bạn có thể trộn thêm một chút bột mì.
f) Bọc bột bằng màng bọc thực phẩm và đặt ở nơi ấm áp. Cho phép nó tăng lên cho đến khi nó tăng gấp đôi kích thước, thường mất khoảng 45-60 phút. Nếu bạn đang làm bánh kringle thì đây là lúc bạn dừng lại.
g) Đối với bánh ngọt, nhào nhẹ bột và tạo thành một chiếc xúc xích dài. Chia bột thành 24 phần bằng nhau và nặn từng phần thành một quả bóng tròn.
h) Đặt những chiếc bánh đã tạo hình lên khay nướng đã phết dầu mỡ và để chúng nở thêm 20 phút.
i) Làm nóng lò nướng của bạn ở nhiệt độ được khuyến nghị.
j) Đánh trứng và dùng nó để quét lên mặt bánh.
k) Nướng bánh ở giá giữa của lò cho đến khi chúng có màu vàng nâu đẹp mắt với các mặt nhạt.
l) Thưởng thức bánh boller ngọt ngào tự làm của bạn!

ĐỒ ĂN NHẸ

20.Kringler Đan Mạch

THÀNH PHẦN:
- 2 ¼ chén bột mì đa dụng
- 2 muỗng canh đường cát
- 1 thìa cà phê men instant
- ½ muỗng cà phê muối
- ½ cốc sữa, ấm
- 2 muỗng canh bơ không muối, tan chảy
- 1 quả trứng, đánh bông

ĐỐI VỚI TOPPING:
- 1 quả trứng, đánh bông
- Đường trân châu hoặc đường thô để rắc

HƯỚNG DẪN:

a) Trong một tô trộn lớn, trộn bột mì, đường, men tức thì và muối.

b) Thêm sữa ấm, bơ tan chảy và trứng đánh vào nguyên liệu khô. Khuấy đều cho đến khi bột quyện lại với nhau.

c) Chuyển khối bột sang một bề mặt đã rắc chút bột mì rồi nhào khoảng 5-7 phút cho đến khi mịn và đàn hồi.

d) Đặt bột trở lại tô, dùng khăn sạch đậy lại và để bột nở ở nơi ấm áp trong khoảng 1 giờ hoặc cho đến khi bột nở gấp đôi.

e) Làm nóng lò ở nhiệt độ 375°F (190°C). Dòng một tấm nướng bánh bằng giấy giấy da.

f) Chia bột thành 6 phần bằng nhau. Cuộn từng miếng thành một sợi dây dài khoảng 20 inch.

g) Nặn từng sợi dây thành một nút giống như bánh quy cây, bắt chéo các đầu lại với nhau và nhét chúng xuống dưới lớp bột.

h) Đặt những chiếc bánh kringler đã tạo hình lên khay nướng đã chuẩn bị sẵn. Quét chúng bằng trứng đã đánh và rắc đường trân châu hoặc đường thô.

i) Nướng trong lò làm nóng trước khoảng 12-15 phút hoặc cho đến khi có màu vàng nâu.

j) Lấy ra khỏi lò và để chúng nguội một chút trước khi dùng.

21. Aebleskiver người Đan Mạch

THÀNH PHẦN:
- 1 ½ chén bột mì đa dụng
- 2 thìa đường
- ½ muỗng cà phê bột nở
- ¼ thìa cà phê muối
- 1 ¼ cốc bơ sữa
- 2 quả trứng lớn
- Bơ hoặc dầu để nấu ăn
- Đường bột, để phục vụ
- Mứt hoặc bảo quản để phục vụ

HƯỚNG DẪN:

a) Trong một tô trộn, trộn đều bột mì, đường, bột nở và muối.
b) Trong một bát riêng, đánh đều bơ sữa và trứng.
c) Đổ nguyên liệu ướt vào nguyên liệu khô và khuấy đều cho đến khi vừa kết hợp.
d) Đun nóng chảo aebleskiver trên lửa vừa và bôi nhẹ bằng bơ hoặc dầu.
e) Đổ bột vào từng giếng trong chảo, đầy khoảng ¾.
f) Nấu aebleskiver cho đến khi mặt dưới có màu vàng nâu, sau đó dùng xiên hoặc kim đan lật mặt lại và chiên mặt còn lại.
g) Lặp lại với các pin còn lại. Phục vụ món aebleskiver phủ đường bột và kèm theo mứt hoặc chất bảo quản.

22.Thụy Điển Aniswe Twists

THÀNH PHẦN:
- 2 1/2 chén bột mì đa dụng
- 1/2 chén bơ không muối, làm mềm
- 1/2 chén đường cát
- 2 muỗng cà phê chiết xuất hồi
- 1/2 muỗng cà phê bột nở
- 1/4 thìa cà phê muối
- 1 quả trứng
- Đường trân châu để rắc (tùy chọn)

HƯỚNG DẪN:
a) Làm nóng lò ở nhiệt độ 375°F (190°C) và lót khay nướng bằng giấy da.
b) Trong một tô trộn lớn, đánh bơ đã mềm, đường cát và chiết xuất hồi cho đến khi mịn và mịn.
c) Trong một bát riêng, trộn đều bột mì, bột nở và muối.
d) Dần dần thêm các thành phần khô vào hỗn hợp bơ, trộn đều sau mỗi lần thêm.
e) Đánh trứng cho đến khi bột quyện lại với nhau.
f) Chia bột thành từng miếng nhỏ và cuộn từng miếng thành một sợi dây dài khoảng 8 inch.
g) Xoắn từng sợi dây thành hình chữ "S" và đặt lên khay nướng đã chuẩn bị sẵn.
h) Rắc đường ngọc trai lên trên các sợi xoắn (nếu muốn).
i) Nướng trong vòng 10-12 phút hoặc cho đến khi các cạnh có màu vàng nhẹ.
j) Để các vòng xoắn nguội hoàn toàn trước khi dùng.

23. Dandies Đan Mạch (Danske Smakager)

THÀNH PHẦN:
- ½ cốc bơ
- ½ cốc Shortening
- ¾ cốc đường
- ½ thìa muối
- ½ muỗng cà phê Vani
- ½ thìa cà phê chiết xuất chanh
- 3 quả trứng luộc chín, rây
- 2 chén bột mì đã rây
- Si rô Bắp
- Hạt được thái nhỏ

HƯỚNG DẪN:
a) Đánh bơ, mỡ và đường cho đến khi mịn và nhạt.
b) Thêm muối, vani, chiết xuất chanh và trứng luộc chín đã rây. Trộn đều.
c) Rây bột mì vào và trộn đều cho đến khi hòa quyện.
d) Dùng tay vo bột thành những viên nhỏ rồi đặt lên khay nướng.
e) Tạo một vết lõm ở giữa mỗi chiếc bánh quy bằng ngón tay cái hoặc mặt sau của thìa.
f) Đổ một lượng nhỏ xi-rô ngô vào từng vết lõm và rắc các loại hạt cắt nhỏ lên trên.
g) Nướng trong lò làm nóng trước theo công thức bánh quy hoặc cho đến khi các cạnh có màu nâu vàng.
h) Để bánh nguội trên khay nướng trong vài phút trước khi chuyển chúng sang giá lưới để nguội hoàn toàn.

24. Món khai vị thịt viên Thụy Điển

THÀNH PHẦN:
- 2 muỗng canh Dầu ăn
- 1 pound   thịt bò xay
- 1 quả trứng
- 1 cốc vụn bánh mì mềm
- 1 thìa cà phê Đường nâu
- ½ thìa muối
- ¼ thìa cà phê Tiêu
- ¼ thìa cà phê Gừng
- ¼ thìa cà phê đinh hương xay
- ¼ muỗng cà phê hạt nhục đậu khấu
- ¼ thìa cà phê quế
- ⅔ cốc sữa
- 1 cốc kem chua
- ½ thìa muối

HƯỚNG DẪN:

a) Đun nóng dầu ăn trong chảo rán. Trộn tất cả các thành phần còn lại với nhau, ngoại trừ kem chua và ½ muỗng cà phê. muối.

b) Tạo thành những viên thịt cỡ món khai vị (đường kính khoảng 1 inch). Chiên trong dầu ăn các mặt cho đến khi chín hoàn toàn.

c) Lấy ra khỏi chảo và để ráo nước trên khăn giấy. Đổ bớt dầu mỡ thừa và làm nguội chảo một chút. Thêm một lượng nhỏ kem chua để đánh bông và khuấy đều. Sau đó thêm kem chua còn lại và ½ muỗng cà phê. muối, khuấy đều.

25.Quả hạch có đường của Na Uy

THÀNH PHẦN:
- 1 lòng trắng trứng
- 1½ thìa cà phê Nước
- 3 chén hạt trộn muối
- 1 chén đường trộn với ½ muỗng cà phê quế

HƯỚNG DẪN:

a) Trong một cái bát, trộn lòng trắng trứng và nước, đánh nhẹ. Thêm các loại hạt và phủ chúng tốt.

b) Khuấy hỗn hợp đường và quế kết hợp vào các loại hạt đã tráng.

c) Sắp xếp hỗn hợp hạt thành một lớp trên tờ giấy màu nâu CÓ MẸO trên chảo cuộn thạch.

d) Nướng trong lò làm nóng trước ở nhiệt độ 350 độ F trong 25 đến 30 phút, khuấy một hoặc hai lần trong khi nướng.

e) Lấy ra khỏi giấy khi nguội. Thưởng thức các loại hạt có đường Na Uy của bạn!

26. Ốc Đan Mạch

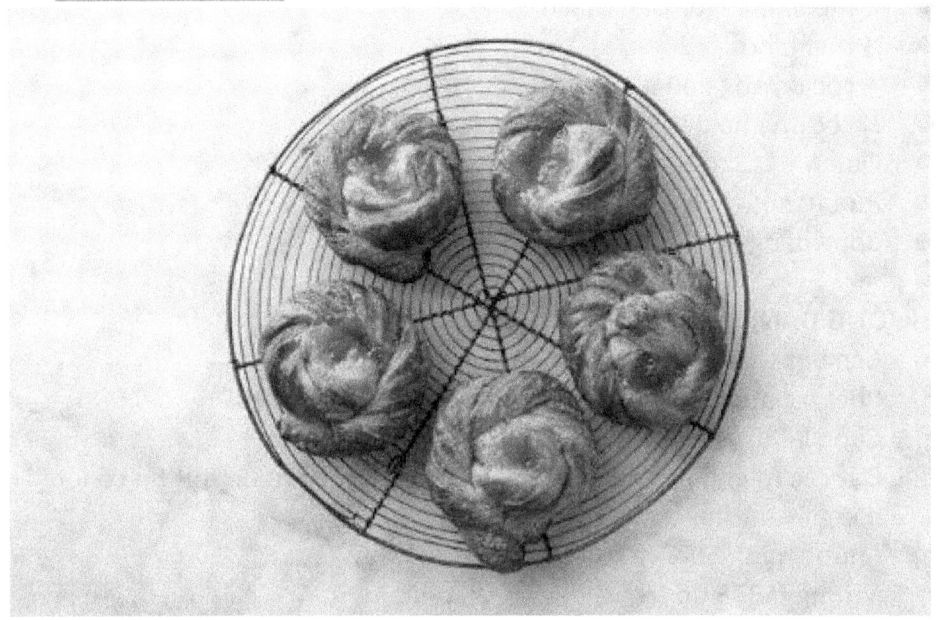

THÀNH PHẦN:
- ½ mẻ bánh ngọt Đan Mạch
- ½ thanh bơ
- ½ cốc đường nâu nhạt
- ¾ cốc quả hồ đào hoặc quả óc chó cắt nhỏ
- Quế
- Rửa trứng
- đóng băng nước

HƯỚNG DẪN:
a) Cán bột thành hình chữ nhật 12 x 20 inch.
b) Phết bơ mềm và rắc đường nâu, hồ đào và quế.
c) Cuộn lại từ cạnh 20 inch và cắt thành 12 miếng.
d) Đặt các miếng bánh đã cắt cạnh lên trên vào khuôn muffin có lót sẵn cốc giấy muffin.
e) Chứng minh 50% và rửa trứng.
f) Nướng ở 375 độ trong khoảng 25 phút.
g) Làm mát và mưa phùn với nước đóng băng.

27. Thanh hạnh nhân Na Uy

THÀNH PHẦN:
CĂN CỨ:
- 1¾ chén bột mì đa dụng
- ¾ cốc đường
- 1 muỗng cà phê bột nở
- ½ chén khoai tây nghiền
- ½ muỗng cà phê quế
- ½ thìa muối
- ¾ cốc bơ thực vật hoặc bơ, làm mềm
- ½ thìa cà phê bạch đậu khấu
- 1 quả trứng

ĐỔ ĐẦY:
- 1¼ chén đường bột
- ½ cốc nước
- 1 ống (7 oz) Bột hạnh nhân

HƯỚNG DẪN:
a) Làm nóng lò ở nhiệt độ 375 độ F.
b) Múc nhẹ bột vào cốc đong; chừng lại. Trong một tô lớn, trộn bột mì và các nguyên liệu cơ bản còn lại; trộn cho đến khi hình thành vụn.
c) Nhấn một nửa hỗn hợp vào chảo 13x9 inch không bôi dầu mỡ. Dự trữ hỗn hợp còn lại cho phần trên cùng.
d) Trong một tô lớn, kết hợp tất cả nguyên liệu làm nhân và trộn đều.
e) Trải phần nhân lên trên đế và rắc hỗn hợp dành riêng lên phần nhân.
f) Nướng ở 375 độ trong 25-30 phút hoặc cho đến khi có màu vàng nhạt.
g) Làm nguội hoàn toàn và cắt thành thanh.
h) Hãy thưởng thức những thanh hạnh nhân Na Uy thơm ngon của bạn!

28. Thịt viên gà Na Uy

THÀNH PHẦN:
- 1 pound   thịt gà xay
- 4½ thìa cà phê bột ngô; đã chia ra
- 1 trứng lớn
- 2¼ chén nước luộc gà; đã chia ra
- ¼ thìa cà phê muối
- ½ muỗng cà phê vỏ chanh tươi nạo
- 2 thìa thì là tươi cắt nhỏ; đã chia ra
- 4 ounce   phô mai Gjetost; cắt thành xúc xắc 1/4 inch
- 4 cốc mì trứng nấu nóng

HƯỚNG DẪN:
a) Đánh trứng; thêm ít ¼ cốc nước dùng và 1¼ thìa cà phê bột ngô. Khuấy cho đến khi mịn. Thêm vỏ chanh và 1 thìa thì là tươi . Thêm thịt gà xay vào hỗn hợp này .

b) Đun sôi hai cốc nước dùng trong chảo rán 10 hoặc 12 inch.

c) Nhẹ nhàng thả từng thìa hỗn hợp thịt gà vào nước dùng đang sôi .

d) Chuẩn bị nước sốt: Trộn 1 thìa bột ngô còn lại vào 2 thìa nước lạnh. Khuấy vào nước dùng đang sôi và nấu vài phút cho đến khi hơi đặc lại. Thêm phô mai thái hạt lựu vào và khuấy liên tục cho đến khi phô mai tan chảy.

e) Trong khi luộc gà, chuẩn bị mì và giữ nóng.

f) Cho viên gà trở lại nước sốt.

29.Thịt viên Na Uy trong thạch nho

THÀNH PHẦN:

- 1 chén vụn bánh mì; mềm mại
- 1 cốc sữa
- 2 pound   thịt bò xay
- ¾ pound Thịt lợn xay; độ nghiêng
- ½ chén hành tây; Thái nhỏ
- 2 quả trứng; bị đánh đập
- 2 thìa cà phê muối
- 1 thìa cà phê tiêu
- ½ thìa hạt nhục đậu khấu
- ½ thìa cà phê hạt tiêu
- ½ thìa cà phê bạch đậu khấu
- ¼ thìa cà phê Gừng
- 2 muỗng canh thịt xông khói; hoặc dầu trộn salad
- 8 ounce   thạch nho

HƯỚNG DẪN:

a) Ngâm vụn bánh mì trong sữa trong một giờ. Kết hợp thịt bò xay, thịt lợn và hành tây. Thêm trứng, sữa, hỗn hợp vụn bánh mì. Thêm muối, hạt tiêu và gia vị.

b) Trộn đều và đánh bằng nĩa. Thư giãn một đến hai giờ. Tạo thành những quả bóng nhỏ, lăn qua bột mì và rưới nước sốt thịt xông khói hoặc dầu vào. Lắc chảo hoặc chảo nặng để cuộn thịt viên trong mỡ nóng.

c) Cho vào nồi sành với 1 lọ thạch nho lớn và nấu CHẬM trong một giờ.

BÁNH QUY

30. Hỗn hợp bánh quy mũ của Napoleon

THÀNH PHẦN:
- 2 chén bột mì đa dụng
- ¼ thìa cà phê muối
- ¾ cốc bơ hoặc bơ thực vật
- ½ cốc đường
- 2 lòng đỏ trứng
- 1 thìa cà phê Vani
- 2 lòng trắng trứng
- ¼ thìa cà phê Cream of tartar
- ⅓ cốc đường bột, rây mịn
- 1 cốc hạnh nhân, xay

HƯỚNG DẪN:

a) Trộn bột và muối; để qua một bên. Trong một tô trộn lớn, sử dụng máy trộn điện để đánh bơ hoặc bơ thực vật ở tốc độ trung bình trong 30 giây. Thêm đường và đánh cho đến khi mịn. Cho lòng đỏ trứng và vani vào, đánh đều.

b) Thêm các thành phần khô vào hỗn hợp đã đánh và tiếp tục đánh cho đến khi kết hợp tốt.

c) Đậy bột và để lạnh trong 1 giờ. Đối với phần nhân bột hạnh nhân: Trong một tô trộn nhỏ, đánh lòng trắng trứng và kem tartar cho đến khi tạo thành chóp mềm (đầu cong). Dần dần thêm đường bột đã rây vào, đánh cho đến khi tạo thành chóp cứng (đầu đứng thẳng). Nhẹ nhàng gấp hạnh nhân xay vào và đặt sang một bên.

d) Trên bề mặt có phủ một ít bột mì, cán bột có độ dày ⅛". Cắt thành hình tròn 3". Đặt khoảng 1 muỗng cà phê nhân hạnh nhân tròn vào giữa mỗi vòng tròn. Gấp lại và kẹp ba cạnh để tạo thành một chiếc mũ ba góc, để lộ phần trên của phần nhân.

e) Sắp xếp các bánh quy đã tạo thành cách nhau 2" trên một tấm bánh quy không phết dầu mỡ.

f) Nướng trong lò nướng 375 độ trong 10 đến 12 phút. Lấy ra và để nguội trên giá lưới.

31. Fattigmann (Bánh quy Giáng sinh Na Uy)

THÀNH PHẦN:
- 10 lòng đỏ trứng
- 2 lòng trắng trứng
- ¾ cốc đường
- ¼ cốc rượu mạnh
- 1 cốc kem đặc
- 5 chén bột mì đa dụng đã rây
- 2 thìa cà phê thảo quả xay
- Mỡ để chiên

HƯỚNG DẪN:
a) Đánh lòng đỏ trứng, lòng trắng trứng, đường và rượu mạnh cho đến khi thật đặc. Từ từ thêm kem vào, khuấy đều.
b) Rây bột mì và bạch đậu khấu vào với nhau; thêm khoảng ½ cốc mỗi lần vào hỗn hợp trứng, trộn kỹ sau mỗi lần thêm. Bọc bột và để nguội qua đêm.
c) Đun nóng mỡ lợn ở nhiệt độ 365 đến 370 độ trong chảo sâu lòng.
d) Cán bột thành từng phần nhỏ, dày 1/16 inch trên bề mặt đã rắc bột mì.
e) Dùng dao tấm bột hoặc bánh ngọt, cắt bột thành hình kim cương, 5" x 2"; tạo một khe dọc ở giữa mỗi viên kim cương. Kéo đầu của một đầu qua từng khe và nhét nó lại bên dưới.
f) Chiên ngập dầu trong 1 đến 2 phút hoặc cho đến khi có màu vàng nâu, quay một lần.
g) Xả và làm mát.
h) Rắc bánh quy với đường bánh kẹo. Bảo quản trong các thùng chứa có nắp đậy kín. Hãy thưởng thức Fattigmann, một món ăn Giáng sinh truyền thống thú vị của Na Uy!

32. Lưỡi liềm Giáng sinh Thụy Điển

THÀNH PHẦN:
- 1 cốc bơ
- 2 muỗng canh hạnh nhân, xay
- 1 cốc đường bột
- 2 cốc bột
- 1 thìa cà phê Vani
- ¼ chén đường bột (để rắc)
- ½ thìa muối
- 2 thìa cà phê quế

HƯỚNG DẪN:
a) bơ kem và đường với nhau.
b) Đánh đều vani, muối và hạnh nhân xay.
c) Dần dần trộn bột.
d) Tạo hình bột thành hình lưỡi liềm bằng cách sử dụng một thìa cà phê tròn cho mỗi hình.
e) Rắc hình lưỡi liềm với hỗn hợp đường bột và quế.
f) Nướng trên các tấm bánh quy không phết dầu mỡ trong lò đã làm nóng trước ở nhiệt độ 325°F (165°C) trong 15-18 phút hoặc cho đến khi các cạnh có màu vàng nhạt.

33. Pepparkakor (Bánh quy gừng Thụy Điển)

THÀNH PHẦN:
- ½ cốc mật đường
- ½ cốc đường
- ½ cốc bơ
- 1 quả trứng, đánh đều
- 2½ cốc bột mì đa dụng đã rây
- ¼ thìa cà phê muối
- ¼ muỗng cà phê Baking soda
- ½ thìa gừng
- ½ muỗng cà phê quế

HƯỚNG DẪN:
a) Đun mật đường trong nồi nhỏ đến sôi, sau đó đun sôi trong 1 phút.
b) Thêm đường và bơ vào, khuấy đều cho đến khi bơ tan chảy. Để hỗn hợp nguội.
c) Đánh trứng đã đánh đều vào.
d) Rây đều bột mì, muối, baking soda và gia vị. Thêm hỗn hợp này vào hỗn hợp đầu tiên và trộn kỹ.
e) Đậy kín bát và để bột qua đêm.
f) Lần lượt cán từng phần bột lên một miếng vải tráng bột mì nhẹ. Cuộn nó ra mỏng.
g) Cắt bột thành các hình dạng mong muốn.
h) Nướng trong lò vừa phải (350°F) trong 6 đến 8 phút.

34.Bánh quy ngón tay cái Thụy Điển

THÀNH PHẦN:
- ½ cốc bơ
- 1 cốc đường
- 2 thìa cà phê Đường nâu
- 1 lòng đỏ trứng, bất bại
- 1½ viên (Lưu ý: Đây có thể là thành phần còn thiếu. Vui lòng xác minh.)
- 1⅓ chén Bột mì đa dụng, đã rây
- Cacbonat Amoniac (lượng không được chỉ định)

HƯỚNG DẪN:
a) Đánh bơ, thêm đường dần dần và đánh cho đến khi nhạt màu.
b) Thêm lòng đỏ trứng và trộn đều.
c) Nghiền khối amoniac và rây bằng bột mì.
d) Thêm đủ bột để tạo thành một khối bột cứng. Bột sẽ nứt khi ấn ngón tay cái vào.
e) Cuộn thành quả bóng và ấn vào giữa bằng ngón tay cái.
f) Nướng trong lò nướng chậm (250 độ) trong 30 phút.

35.Bánh quy yến mạch Thụy Điển

THÀNH PHẦN:
BỘT COOKIE:
- ¾ cốc bột mì đa dụng
- ½ muỗng cà phê Soda
- ½ muỗng cà phê muối Diamond Crystal
- ½ cốc đường
- ⅓ cốc Đường
- ¼ cốc bơ Land O'Lake (hoặc bơ thực vật)
- ½ chén đường nâu
- ½ cốc Shortening
- 1 quả trứng lớn
- ½ muỗng cà phê Vani
- 1½ chén yến mạch cán
- 1 muỗng canh xi-rô ngô nhẹ
- ¼ chén hạnh nhân chần, cắt nhỏ
- ¼ thìa cà phê chiết xuất hạnh nhân

BÊN TRÊN HẠNH NHÂN:
- ¼ cốc đường
- 1 thìa bơ
- 1 muỗng canh xi-rô ngô nhẹ
- ¼ chén hạnh nhân chần, cắt nhỏ
- ¼ thìa cà phê chiết xuất hạnh nhân

HƯỚNG DẪN:
a) Rây đều bột mì, soda và muối. Để qua một bên.
b) Dần dần thêm đường và đường nâu vào để rút ngắn, đánh đều.
c) Trộn trứng và vani, đánh đều.
d) Thêm các thành phần khô, sau đó cuộn yến mạch và trộn đều.
e) Nhỏ từng thìa cà phê lên các tờ bánh quy không phết dầu mỡ.
f) Nướng ở 350 độ trong 8 phút.
g) Lấy ra khỏi lò và đặt một ít ½ thìa cà phê Hạnh nhân vào giữa, ấn nhẹ vào.
h) Nướng thêm 6 đến 8 phút cho đến khi bánh có màu vàng nâu.
i) Làm nguội trong 1 phút trước khi lấy ra khỏi khay bánh quy.

BÊN TRÊN HẠNH NHÂN:
j) Cho đường, bơ và xi-rô ngô nhẹ vào nồi; đun sôi.
k) Loại bỏ khỏi nhiệt.
l) Khuấy hạnh nhân và chiết xuất hạnh nhân.

36.Bánh quy bơ Thụy Điển

THÀNH PHẦN:
- ½ cốc bơ
- ¼ cốc đường
- 1½ muỗng cà phê vỏ chanh thái nhỏ
- ¼ thìa cà phê Vani
- 1 cốc bột mì đa dụng
- 4 ounce sô-cô-la Semisweet (4 ô vuông)
- 2 muỗng canh Shorten

HƯỚNG DẪN:
a) Đánh bơ bằng máy trộn điện trong 30 giây.
b) Thêm đường, vỏ chanh và vani; đánh cho đến khi kết hợp.
c) Đánh càng nhiều bột càng tốt bằng máy trộn, thỉnh thoảng cạo các cạnh của bát.
d) Khuấy bột còn lại. Đậy nắp và để lạnh trong 1 giờ hoặc cho đến khi bột dễ xử lý.
e) Cán bột trên bề mặt đã rắc chút bột mì với độ dày từ ⅛ đến ¼ inch.
f) Sử dụng máy cắt bánh quy 2 inch để cắt bột. Đặt các phần cắt cách nhau 1 inch trên một tấm bánh quy không bôi dầu mỡ.
g) Nướng trong lò ở nhiệt độ 375°F trong 5 đến 7 phút, cho đến khi các cạnh bắt đầu chuyển sang màu nâu.
h) Để nguội trên khay nướng trong 1 phút, sau đó lấy bánh ra giá lưới cho nguội.
i) Đun nóng sô cô la và rút ngắn trong chảo trên lửa nhỏ, thỉnh thoảng khuấy.
j) Nhúng từng phần bánh quy vào hỗn hợp sô-cô-la.
k) Làm nguội trên giấy sáp trong 30 phút hoặc cho đến khi sô cô la đông lại. Nếu cần, hãy làm lạnh bánh quy cho đến khi sô cô la đông lại.

37.Bánh quy Spritz Thụy Điển

THÀNH PHẦN:
- 2 cốc bơ
- 1½ cốc Đường
- 1 quả trứng
- 1 thìa cà phê Vani
- 4½ cốc bột mì

HƯỚNG DẪN:

a) Trộn thật đều bơ và đường.
b) Thêm trứng và vani (hoặc hương liệu khác).
c) Dần dần thêm bột và trộn đều.
d) Sử dụng đĩa hình sao với máy ép bánh quy để định hình bột thành những vòng hoa nhỏ.
e) Nướng ở 400°F trong 7 đến 10 phút. Bánh quy nên được đặt nhưng không có màu nâu.
f) Hãy thưởng thức bánh quy Spritz Thụy Điển của bạn!

38. Bánh quy gừng Thụy Điển

THÀNH PHẦN:
- 1 cốc bơ
- 1½ cốc đường
- 1 trứng lớn
- 1½ thìa vỏ cam bào
- 2 muỗng canh xi-rô ngô đen
- 1 muỗng canh nước
- 3¼ chén Bột mì đa dụng chưa tẩy trắng
- 2 thìa cà phê Baking Soda
- 2 thìa cà phê quế
- 1 thìa cà phê Gừng xay (hoặc nhiều hơn tùy khẩu vị)
- ½ thìa cà phê Đinh hương xay

HƯỚNG DẪN:
a) Đánh bơ và đường cho đến khi nhạt màu.
b) Thêm trứng, vỏ cam, xi-rô ngô và nước vào, trộn đều.
c) Rây các nguyên liệu khô lại với nhau và thêm vào hỗn hợp bơ.
d) Làm nguội bột thật kỹ.
e) Cán thật mỏng, khoảng ⅛-inch và cắt bằng khuôn cắt bánh quy.
f) Nướng trên các tấm bánh quy không phết dầu mỡ trong lò đã làm nóng trước ở nhiệt độ 350°F (175°C) trong 8 đến 10 phút. Đừng nướng quá chín, nếu không bánh sẽ bị cháy.

39. Gingersnaps cam Thụy Điển

THÀNH PHẦN:
- 1½ que bơ không muối
- 1 cốc đường nâu
- 1 trứng lớn
- 2 muỗng canh cộng với 1 muỗng cà phê mật đường
- 1 muỗng canh nước cam
- 1 muỗng canh vỏ cam bào mịn
- 2¾ đến 3 chén bột
- 1 muỗng cà phê baking soda
- ½ thìa cà phê đinh hương xay
- 2 thìa cà phê quế xay
- 2 thìa cà phê gừng xay

HƯỚNG DẪN:
a) Đánh bơ và đường cho đến khi nhạt màu.
b) Đánh 1 quả trứng và trộn với mật đường, nước cam và vỏ.
c) Rây các nguyên liệu khô lại với nhau rồi khuấy đều với nguyên liệu ướt để tạo thành khối bột mềm, mịn, thêm bột mì nếu bột quá dính.
d) Nhào bột ba lần trên một tấm lót bột nhẹ.
e) Làm nóng lò ở nhiệt độ 350 độ F.
f) Nặn bột thành 3 khúc gỗ, dài khoảng 8 inch. Bọc trong màng bọc thực phẩm và để lạnh ít nhất 1 giờ hoặc qua đêm.
g) Cắt khúc gỗ thành những vòng tròn mỏng, dày chưa đến ⅛ inch.
h) Đặt trên tấm nướng mỡ nhẹ.
i) Nướng bánh trong khoảng 8 đến 10 phút.
j) Lấy bánh ra khỏi lò và chuyển bánh sang giá để nguội.

40. Bánh quy mật đường Na Uy

THÀNH PHẦN:
BÁNH QUY:
- 2½ cốc bột mì đa dụng
- 2 thìa cà phê Baking soda
- 1 cốc đường nâu nhạt đóng gói chắc chắn
- ¾ cốc bơ thực vật FLEISCHMANN'S, đã làm mềm
- ¼ cốc máy đánh trứng Trứng thật 99%
- 1 cốc đường bánh kẹo
- ¼ cốc GRER RABBIT Mật đường nhạt hoặc tối
- ¼ cốc đường cát
- Nước
- Rắc màu (tùy chọn)

GLAZE ĐƯỜNG CỦA BÁNH KỲ VIÊN:
- 6 thìa cà phê sữa gầy
- Đường bánh kẹo (đến độ đặc mong muốn)

HƯỚNG DẪN:
BÁNH QUY:
a) Trong một bát nhỏ, trộn bột mì và baking soda; để qua một bên.
b) Trong một tô vừa có máy trộn điện ở tốc độ trung bình, cho đường nâu kem và bơ thực vật vào. Thêm sản phẩm trứng và mật đường; đánh bại cho đến khi thắng.
c) Khuấy hỗn hợp bột. Che và làm lạnh bột trong 1 giờ.
d) Nặn bột thành 48 quả bóng (1¼"); lăn trong đường cát.
e) Đặt trên các khay nướng đã phết dầu mỡ và rắc bột mì, cách nhau khoảng 2 inch. Rắc nhẹ bột với nước.
f) Nướng ở 350°F trong 18-20 phút hoặc cho đến khi dẹt.
g) Lấy ra khỏi tấm và để nguội trên giá lưới.
h) Trang trí bằng Sugar Glaze của Confectioners và rắc màu nếu muốn.

GLAZE ĐƯỜNG CỦA BÁNH KỲ VIÊN:
i) Trong một cái bát, trộn sữa gầy với đường làm bánh kẹo để đạt được độ sệt như mong muốn.

41. Lưỡi liềm hạnh nhân Thụy Điển

THÀNH PHẦN:
- ½ cốc (1 que) bơ thực vật
- ⅓ cốc Đường
- ½ muỗng cà phê chiết xuất hạnh nhân
- 1⅔ cốc bột mì đa dụng
- ⅔ cốc hạnh nhân xay hoặc thái nhỏ
- ¼ cốc nước
- ⅓ cốc đường bột hoặc đường làm bánh kẹo

HƯỚNG DẪN:

a) Làm nóng lò ở nhiệt độ 375°F. Xịt các tấm bánh quy bằng bình xịt nấu ăn hoặc lót giấy nhôm. Để qua một bên.

b) Dùng máy trộn điện ở tốc độ trung bình, đánh kem bơ thực vật, đường và chiết xuất hạnh nhân cho đến khi mịn.

c) Thêm bột mì, các loại hạt và nước vào hỗn hợp kem và trộn ở tốc độ trung bình để trộn.

d) Đổ bột ra một tấm lót bột mì nhẹ, nhào nhẹ và chia thành 24 phần, mỗi phần 1 muỗng canh.

e) Định hình từng phần thành một cuộn dài khoảng 4 inch với các đầu thuôn nhọn. Tạo các cuộn thành hình lưỡi liềm và đặt chúng lên các tờ bánh quy đã chuẩn bị sẵn.

f) Nướng trong 8 đến 10 phút hoặc cho đến khi có màu nâu nhạt ở đáy.

g) Nhúng lưỡi liềm ấm vào đường bột và đặt trên giá lưới để nguội đến nhiệt độ phòng.

h) Bảo quản trong hộp kín hoặc đông lạnh cho đến khi cần.

XÚC XÍCH

42.Xúc xích gan Đan Mạch

THÀNH PHẦN:
- 4 pound gan lợn xay mịn (luộc)
- 1 pound thịt xông khói xay mịn
- 2 chén hành băm
- 1½ cốc sữa
- 1½ cốc sữa đặc
- ½ chén bột khoai tây
- 6 quả trứng đánh tan
- 3 thìa cà phê tiêu đen
- 2 muỗng canh muối
- 1 thìa cà phê đinh hương xay
- 1 thìa cà phê hạt tiêu

HƯỚNG DẪN:
a) Làm nước sốt từ sữa và bột khoai tây rồi nấu cho đến khi đặc lại.
b) Kết hợp tất cả các thành phần.
c) Ngâm trong nước muối khoảng 20 phút.
d) Làm lạnh trong 24 giờ trước khi sử dụng.
e) Tách xúc xích và sử dụng như một món phết.

43. Xúc xích thịt lợn Đan Mạch

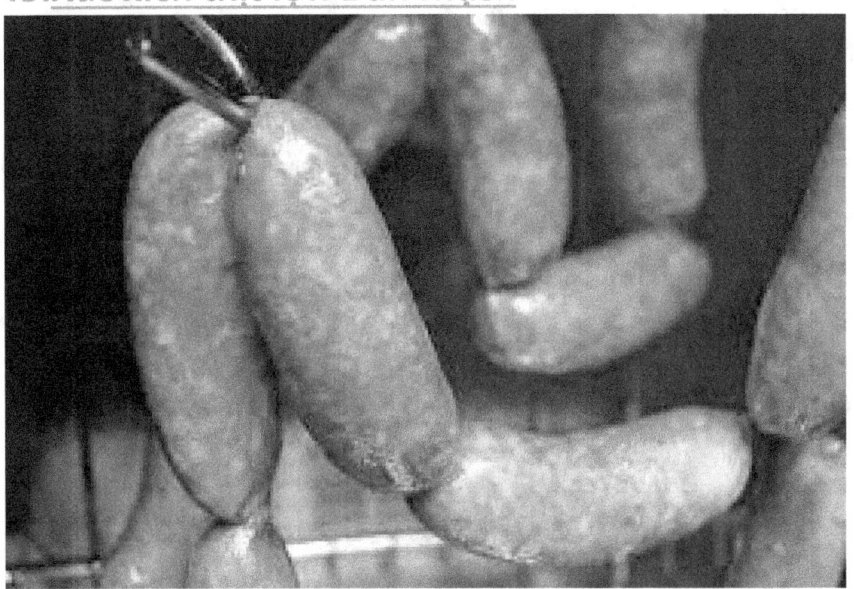

THÀNH PHẦN:
- 5 pound thịt mông lợn xay mịn
- 5 thìa cà phê muối
- ¼ thìa cà phê hạt tiêu
- 2 thìa cà phê tiêu trắng
- ¼ thìa cà phê đinh hương
- 1 thìa cà phê bạch đậu khấu
- 1 củ hành tây băm lớn
- 1 chén nước dùng thịt bò nguội

HƯỚNG DẪN:

a) Trộn tất cả nguyên liệu lại với nhau, trộn đều rồi nhồi vào vỏ lợn.

44. Xúc xích khoai tây Thụy Điển

THÀNH PHẦN:
- 1 củ hành tây nhỏ, cắt nhỏ
- 1 thìa muối
- 1½ thìa cà phê Tiêu đen
- 1 thìa cà phê hạt tiêu
- 1 cốc sữa khô không béo
- 1 ly nước
- 6 cốc khoai tây, gọt vỏ, cắt nhỏ
- 1 ½ pound thịt bò nạc
- 1 pound thịt lợn nạc
- 1 vỏ xúc xích

HƯỚNG DẪN:

a) Nghiền thịt, khoai tây và hành tây qua đĩa xay ⅜" và cho vào máy trộn.
b) Thêm tất cả các thành phần khác với nước và trộn đều.
c) Sau quy trình này, hãy nghiền lại qua tấm ⅜".
d) Nhồi vào vỏ lợn 35-38mm.

45. người Đan Mạch Sừng Oxford

THÀNH PHẦN:
- 5 pound thịt mông lợn xay thô
- 1½ muỗng canh cây xô thơm
- 1½ thìa cà phê húng tây
- 1½ thìa cà phê kinh giới
- vỏ chanh bào cả vỏ
- 1½ muỗng cà phê hạt nhục đậu khấu
- 4 thìa cà phê muối
- 2 thìa cà phê tiêu đen
- 3 quả trứng
- 1 ly nước

HƯỚNG DẪN:
a) Trộn tất cả nguyên liệu lại với nhau, trộn đều rồi nhồi vào vỏ lợn.
b) Để nấu ăn, chiên hoặc nướng.

46.Xúc xích Na Uy

THÀNH PHẦN:
- 3 pound thịt bò xay thô
- 2 pound thịt mông lợn xay thô
- 1½ muỗng canh muối
- 4 củ hành vừa, xay
- 1 muỗng canh tiêu đen
- 2½ muỗng cà phê hạt nhục đậu khấu
- 1 cốc nước lạnh

HƯỚNG DẪN:
a) Trộn tất cả nguyên liệu lại với nhau, trộn đều rồi nhồi vào vỏ lợn.
b) Để nấu, nướng hoặc chiên.

MÓN CHÍNH

47. Món Janssons Frestelse Lasagna của Thụy Điển

THÀNH PHẦN:
- 9 mì lasagna
- 4 củ khoai tây cỡ vừa, gọt vỏ và thái lát mỏng
- 2 củ hành tây, thái lát mỏng
- 8 ounce phi lê cá cơm, để ráo nước và cắt nhỏ
- 1 cốc kem đặc
- ½ chén vụn bánh mì
- 2 thìa bơ
- Muối và hạt tiêu cho vừa ăn
- Rau mùi tây tươi cắt nhỏ để trang trí

HƯỚNG DẪN:
a) Làm nóng lò nướng của bạn ở nhiệt độ 375°F (190°C) và bôi nhẹ dầu lên đĩa nướng 9x13 inch.
b) Nấu mì lasagna theo hướng dẫn trên bao bì. Xả và đặt sang một bên.
c) Trong chảo lớn, làm tan bơ trên lửa vừa. Thêm hành tây thái lát và xào cho đến khi trong suốt.
d) Xếp một nửa số khoai tây đã cắt lát vào đĩa nướng đã phết mỡ, tiếp theo là một nửa số hành tây xào và một nửa phi lê cá cơm cắt nhỏ.
e) Lặp lại các lớp với khoai tây, hành tây và cá cơm còn lại.
f) Đổ kem đặc lên các lớp, đảm bảo nó được phân bổ đều.
g) Nêm muối và hạt tiêu cho vừa ăn.
h) Đậy đĩa nướng bằng giấy nhôm và nướng trong 45 phút.
i) Lấy giấy bạc ra và rắc đều vụn bánh mì lên trên.
j) Nướng thêm 10-15 phút hoặc cho đến khi vụn bánh mì có màu vàng nâu và giòn.
k) Để nguội trong vài phút trước khi dùng.
l) Trang trí với rau mùi tây tươi cắt nhỏ trước khi dùng.

48. Thịt bê nướng kiểu Thụy Điển

THÀNH PHẦN:
- 1 muỗng canh bơ hoặc bơ thực vật
- 1 Thịt vai hoặc chân bê nướng có xương, cuộn, buộc (3lb)
- 8 ounce Nấm; chia thành bốn phần
- 24-36 củ cà rốt rất nhỏ hoặc 6-8 med. cà rốt
- 2 thìa thì là tươi xắt nhỏ hoặc 2 thìa cà phê. cỏ thì là khô
- ⅛ thìa cà phê Tiêu trắng xay
- ¼ cốc nước chanh
- ½ chén rượu trắng khô
- 3 muỗng canh bột bắp
- ⅓ cốc kem tươi
- Muối, để nếm
- Xoắn vỏ chanh
- nhánh thì là

HƯỚNG DẪN:
a) Đun chảy bơ trong chảo chống dính rộng trên lửa vừa cao.
b) Thêm thịt bê và nâu đều các mặt, sau đó cho vào nồi nấu chậm điện 4 lít hoặc lớn hơn.
c) Bọc thịt bê với nấm và cà rốt (nếu dùng cà rốt cỡ vừa thì cắt chéo từng quả làm đôi, sau đó cắt dọc thành 4).
d) Rắc thì là xắt nhỏ và hạt tiêu trắng. Đổ nước cốt chanh và rượu vào.
e) Đậy nắp và nấu ở nhiệt độ thấp cho đến khi thịt bê đâm rất mềm (7½-9 giờ).
f) Cẩn thận nhấc thịt bê lên đĩa sâu lòng ấm áp.
g) Dùng thìa có rãnh nhấc cà rốt và nấm ra khỏi nồi rồi xếp xung quanh thịt bê; giữ ấm.
h) Trong một bát nhỏ, trộn bột ngô và kem; trộn thành chất lỏng trong nồi.
i) Tăng cài đặt nhiệt của bếp lên cao; đậy nắp và nấu, khuấy 2 hoặc 3 lần cho đến khi nước sốt đặc lại (thêm 15-20 phút).
j) Mùa muối.
k) Để phục vụ, loại bỏ và loại bỏ các sợi từ thịt bê. Cắt ngang hạt.
l) Rưới một ít nước sốt lên thịt bê và rau; nếu muốn, trang trí với vỏ chanh và nhánh thì là. Đổ nước sốt còn lại vào tô hoặc bình để tăng thêm hương vị.

49. Hamburger với hành tây, kiểu Thụy Điển

THÀNH PHẦN:
- 1 ½ pound thịt bò xay
- 3 thìa bơ
- 3 củ hành vàng; cắt lát
- 1 quả ớt xanh; trong nhẫn
- Muối và tiêu
- Khoai tây mùi tây; dưa chuột muối (tùy chọn)

HƯỚNG DẪN:
a) Nặn thịt bò xay thành 4 hoặc 5 miếng, xử lý càng ít càng tốt.
b) Trong chảo, làm tan chảy một nửa bơ.
c) Thêm hành tây thái lát và xào trên lửa nhỏ cho đến khi vàng.
d) Thêm vòng hạt tiêu và ½ cốc nước sôi.
e) Nêm muối và hạt tiêu cho vừa ăn, tắt bếp và giữ ấm.
f) Ướp miếng thịt bò vào cả hai mặt.
g) Trong cùng một chiếc chảo, xào các miếng chả với phần bơ còn lại cho đến khi đạt độ chín như mong muốn.
h) Đổ hỗn hợp hành tây lên trên từng miếng bánh.
i) Ăn kèm với khoai tây mùi tây và dưa chuột muối nếu muốn.

50. Cá hồi luộc Na Uy với bơ cá cơm

THÀNH PHẦN:
- 1½ muỗng canh bơ không muối, làm mềm
- 1½ muỗng canh lá mùi tây tươi băm nhỏ
- ¾ muỗng cà phê bột cá cơm hoặc phi lê cá cơm nghiền
- 1 củ hành tây, thái lát
- ⅓ cốc giấm trắng chưng cất
- ¼ cốc đường
- ½ muỗng cà phê hạt tiêu đen
- 1 muỗng cà phê hạt rau mùi
- ½ muỗng cà phê Hạt mù tạt
- 1 thìa cà phê muối
- Hai miếng cá hồi dày 1 inch (mỗi miếng khoảng 1/2 pound)

HƯỚNG DẪN:

a) Trong một bát nhỏ, trộn đều bơ, rau mùi tây băm nhỏ, bột cá cơm và hạt tiêu đen mới xay cho vừa ăn. Đặt bơ cá cơm sang một bên, đậy nắp.

b) Trong chảo, trộn hành tây thái lát, giấm, đường, hạt tiêu, hạt rau mùi, hạt mù tạt, muối và 4 cốc nước. Đun sôi hỗn hợp và đun nhỏ lửa trong 15 phút.

c) Lọc hỗn hợp qua rây mịn cho vào chảo sâu, nặng vừa đủ lớn để chứa cá hồi thành một lớp.

d) Thêm cá hồi vào chất lỏng chần, đun sôi và luộc cá hồi, đậy nắp trong 8 đến 10 phút hoặc cho đến khi cá hồi bong ra.

e) Dùng thìa có rãnh chuyển miếng bít tết cá hồi sang đĩa, để cho chất lỏng luộc chảy ra ngoài.

f) Chia bơ cá cơm dành riêng cho các miếng cá hồi.

51. Bánh mì thịt Thụy Điển

THÀNH PHẦN:
- 1 chén súp kem nấm
- 1 ½ pound thịt bò xay
- 1 quả trứng; hơi bị đánh đập
- ½ chén vụn bánh mì, khô mịn
- ¼ thìa cà phê Nhục đậu khấu, xay
- ½ cốc kem chua

HƯỚNG DẪN:
a) Trong một tô trộn, trộn đều thịt bò xay, trứng, vụn bánh mì, nhục đậu khấu và ⅓ cốc Súp Kem Nấm.
b) Tạo hình hỗn hợp chắc chắn thành hình ổ bánh mì và đặt vào chảo nướng nông.
c) Nướng ở 350 độ trong 1 giờ.
d) Trong khi nướng bánh mì thịt, trộn phần Súp Kem Nấm còn lại với kem chua trong chảo.
e) Đun nóng nước sốt, thỉnh thoảng khuấy.
f) Đổ nước sốt lên ổ bánh mì thịt nướng.
g) Rắc thêm hạt nhục đậu khấu để tạo hương vị.
h) Trang trí bằng lát dưa chuột nếu muốn.

52. Thịt bò nướng kiểu Thụy Điển

THÀNH PHẦN:
- ¾ chén bắp cải đỏ, thái mỏng như giấy
- 1 muỗng cà phê quả mâm xôi hoặc giấm rượu vang đỏ
- Dầu thực vật
- Muối và tiêu tươi xay
- 1 muỗng canh kem cải ngựa đã chuẩn bị
- 2 bánh tortilla trái hoặc bột mì
- 1 thìa thì là tươi băm nhỏ
- 2 lá rau diếp Boston lớn
- 3 đến 4 ounce thịt bò nướng thái lát mỏng

HƯỚNG DẪN:
a) Trộn bắp cải với giấm, dầu thực vật, muối và tiêu cho vừa ăn.
b) Phết kem cải ngựa lên bánh ngô hoặc bánh bột mì; rắc một lượng nhỏ thì là.
c) Xếp rau diếp, thịt bò nướng, bắp cải và thì là còn lại lên trên.
d) Cuộn lại như một chiếc bánh burrito.

53. Gravlax (Cá hồi muối và đường Thụy Điển)

THÀNH PHẦN:
- 2 phi lê cá hồi cắt giữa; mỗi cái khoảng 1 pound, còn sót lại da
- ⅔ cốc Đường
- ⅓ cốc muối thô
- 15 Hạt tiêu trắng xay thô
- 1 bó thì là lớn
- 3 thìa mù tạt Dijon
- 1 thìa đường
- 1 muỗng canh giấm
- Muối và tiêu trắng xay, vừa ăn
- ½ chén dầu thực vật
- ½ chén thì là tươi xắt nhỏ

SỐT MÙI THÌ THÌ:
- 3 thìa mù tạt Dijon
- 1 thìa đường
- 1 muỗng canh giấm
- Muối và tiêu trắng xay, vừa ăn
- ½ chén dầu thực vật
- ½ chén thì là tươi xắt nhỏ

HƯỚNG DẪN:

a) Loại bỏ bất kỳ xương nhỏ nào khỏi miếng phi lê bằng nhíp hoặc kìm mũi kim.
b) Trộn đường, muối và hạt tiêu vào tô.
c) Đậy ⅓ thì là vào đáy đĩa nướng.
d) Chà một nửa hỗn hợp đường-muối vào miếng phi lê đầu tiên, ở cả hai mặt và đặt mặt da xuống trên thì là.
e) Phủ ⅓ thì là.
f) Chuẩn bị phi lê cá hồi khác theo cách tương tự và phủ phi lê còn lại lên, mặt da hướng lên trên, với thì là còn lại ở trên.
g) Dùng màng bọc thực phẩm bọc lại, đặt thớt có vật nặng lên trên rồi ướp trong tủ lạnh trong 24 giờ.
h) Lấy ra khỏi bọc nhựa và loại bỏ nước ép tích tụ.
i) Bọc lại và để lạnh thêm 24 - 48 giờ nữa.
j) Cạo bỏ nước xốt và cắt giấy mỏng.

Sốt mù tạt thì là:

k) Trộn mù tạt, đường, giấm, muối và hạt tiêu vào tô.
l) Từ từ cho dầu vào đánh cho đến khi hỗn hợp đặc lại.
m) Khuấy thì là tươi xắt nhỏ.
n) Phục vụ Gravlax với nước sốt mù tạt thì là, thái lát mỏng như tờ giấy và thưởng thức!

54.Salad gà Thụy Điển

THÀNH PHẦN:
- 3 chén thịt gà nấu chín thái hạt lựu
- ½ cốc sốt Mayonnaise
- ⅓ cốc kem chua
- 2 đến 3 muỗng cà phê bột cà ri
- Muối và hạt tiêu cho vừa ăn
- Lá xà lách rửa sạch, để ráo
- 2 quả trứng luộc chín, bóc vỏ và cắt thành từng miếng vừa ăn
- 6 Ô liu nhồi, thái lát
- 2 muỗng canh nụ bạch hoa, để ráo nước
- 3 thìa dưa chua thì là thái nhỏ

HƯỚNG DẪN:

a) Kết hợp thịt gà với sốt mayonnaise, kem chua và bột cà ri.
b) Nêm với muối và hạt tiêu. Trộn đều.
c) Làm lạnh trong 1 giờ hoặc lâu hơn để hòa quyện hương vị.
d) Khi đã sẵn sàng phục vụ, xếp lá rau diếp lên đĩa.
e) Rưới salad gà lên trên rau diếp.
f) Trang trí với trứng nấu chín, ô liu, nụ bạch hoa và dưa chua thì là xắt nhỏ.

55. Cá hồi ướp cây bách xù Na Uy

THÀNH PHẦN:
- 2 pound phi lê cá hồi
- ½ chén quả bách xù
- 2 thìa muối
- 4 thìa đường
- ¼ cốc mù tạt kiểu Dijon
- ½ chén đường bột
- ½ muỗng canh dầu ô liu
- ½ thìa thì là, thái nhỏ

SỐT MÙI:
- Trộn mù tạt, đường, dầu và thì là với nhau.

HƯỚNG DẪN:

a) Rửa cá hồi, lau khô và loại bỏ xương.
b) Nghiền quả bách xù trong máy xay thực phẩm hoặc máy xay sinh tố.
c) Trộn muối và đường với nhau.
d) Chà hỗn hợp muối và đường vào cả hai mặt của cá hồi. Đặt cá hồi phẳng, mặt da hướng xuống dưới, vào chảo.
e) Trải quả bách xù nghiền nát lên mặt trên của cá hồi. Che lại bằng giấy bạc và đặt các vật nặng (chẳng hạn như vài lon thực phẩm hoặc một tấm ván nhỏ có một hoặc hai lon) lên trên.
f) Làm lạnh trong 48 giờ, lật cá hồi nhiều lần. Giữ trọng lượng trên cá hồi.
g) Cạo bỏ quả bách xù, cắt cá hồi thành từng lát mỏng và dùng kèm với sốt mù tạt.

Sốt mù tạt:

h) Trộn mù tạt kiểu Dijon, đường bột, dầu ô liu và thì là thái nhỏ với nhau.
i) Hãy thưởng thức món Cá hồi ướp cây bách xù Na Uy thơm ngon của bạn!

56. Bít tết kiểu Thụy Điển

THÀNH PHẦN:
- 2 pound bít tết tròn không xương
- Muối và tiêu
- 1 thìa cà phê cỏ thì là
- 1 củ hành vừa, thái lát
- 1 viên nước dùng thịt bò, vỡ vụn
- ½ cốc nước
- ¼ chén bột mì
- ¼ cốc nước
- 1 cốc kem chua

HƯỚNG DẪN:
a) Cắt bít tết thành miếng vừa ăn. Rắc muối và hạt tiêu. Đặt vào nồi nấu chậm.
b) Thêm thì là, hành tây, viên nước dùng và ½ cốc nước.
c) Đậy nắp và nấu ở nhiệt độ thấp trong 6 đến 8 giờ.
d) Lấy thịt ra.
e) Làm đặc nước ép bằng bột mì hòa tan trong ¼ cốc nước. Xoay điều khiển lên cao và nấu trong 10 phút hoặc cho đến khi hơi đặc lại.
f) Khuấy kem chua.
g) Tắt lửa.

57.Súp đậu Na Uy

THÀNH PHẦN:
CANH:
- 1 pound Đậu khô tách đôi
- 2 lít nước
- 2 củ hành lớn, thái hạt lựu
- 3 củ cà rốt lớn, thái hạt lựu
- 2 sườn cần tây, thái hạt lựu
- 1 củ khoai tây vừa, thái hạt lựu
- Muối, để nếm
- Hương vị hạt tiêu

THỊT VIÊN:
- 1 pound xúc xích heo
- ½ cốc mầm lúa mì

TRÌNH BÀY:
- Rau mùi tây băm nhỏ

HƯỚNG DẪN:
CANH:
a) Cho tất cả nguyên liệu (đậu Hà Lan, nước, hành tây, cà rốt, cần tây, khoai tây, muối và tiêu) vào nồi súp và đun nhỏ lửa trong hai giờ.
b) Thêm gia vị cho vừa ăn.

THỊT VIÊN:
c) Nặn xúc xích heo thành từng viên nhỏ.
d) Lăn viên thịt lợn trong mầm lúa mì.
e) Nhẹ nhàng đặt những viên thịt lợn vào súp.
f) Đun nhỏ lửa trong một giờ nữa hoặc cho đến khi súp chín.
g) Trang trí mỗi bát với rau mùi tây xắt nhỏ.
h) Hãy thưởng thức món súp đậu Na Uy thịnh soạn của bạn!

58. Cá Hồi Nướng Hành

THÀNH PHẦN:

- 2 chén dăm gỗ cứng, ngâm trong nước
- 1 con cá hồi Na Uy nuôi một mặt lớn (khoảng 3 pound), bỏ xương ghim
- 3 cốc nước muối hút thuốc, làm bằng rượu vodka
- ¾ cốc hút thuốc
- 1 muỗng canh cỏ thì là khô
- 1 thìa cà phê bột hành
- 2 củ hành đỏ lớn, cắt thành từng khoanh dày -inch
- ¾ cốc dầu ô liu nguyên chất 1 bó thì là tươi
- Vỏ bào nhuyễn của 1 quả chanh 1 tép tỏi băm nhỏ
- Muối thô và tiêu đen xay

HƯỚNG DẪN:

a) Cho cá hồi vào túi có khóa kéo cỡ lớn (2 gallon). Nếu bạn chỉ có túi 1 gallon, hãy cắt cá làm đôi và dùng hai túi. Thêm nước muối vào (các) túi, ép hết không khí và đậy kín. Làm lạnh trong 3 đến 4 giờ.

b) Trộn tất cả trừ 1 muỗng canh hỗn hợp với thì là khô và bột hành tây rồi để sang một bên. Ngâm các lát hành tây trong nước đá. Làm nóng lò nướng ở nhiệt độ thấp gián tiếp, khoảng 225¡F, có khói. Xả sạch dăm gỗ và thêm chúng vào vỉ nướng.

c) Lấy cá hồi ra khỏi nước muối và lau khô bằng khăn giấy. Loại bỏ nước muối. Phủ cá với 1 thìa dầu và rắc lên mặt thịt cá chà xát có thì là khô.

d) Nhấc hành tây ra khỏi nước đá và lau khô. Phủ 1 thìa dầu và rắc 1 thìa còn lại chà xát. Đặt cá và hành tây sang một bên để nghỉ trong 15 phút.

e) Chải vỉ nướng và chà xát kỹ bằng dầu. Đặt cá hồi, úp mặt thịt xuống, trực tiếp trên lửa và nướng trong 5 phút cho đến khi bề mặt có màu nâu vàng. Sử dụng thìa đánh cá lớn hoặc hai thìa thông thường, lật mặt da cá xuống và đặt lên vỉ nướng cách xa lửa. Đặt các lát hành tây trực tiếp trên lửa.

f) Đóng vỉ nướng và nấu cho đến khi cá hồi cứng bên ngoài nhưng không khô và đàn hồi ở giữa, khoảng 25 phút. Khi hoàn tất, hơi ẩm sẽ thấm qua bề mặt cá khi ấn nhẹ vào cá. Nó không nên bong tróc hoàn toàn dưới áp lực.

g) Lật hành tây một lần trong thời gian nấu.

BÊN VÀ SALAD

59.Salad thịt Na Uy

THÀNH PHẦN:
- 1 chén thịt bò, thịt bê hoặc thịt cừu nấu chín thái sợi
- 1 chén giăm bông nướng hoặc luộc Julienne
- 1 thìa hành tây băm
- 6 muỗng canh dầu sa-lát
- 2 muỗng canh giấm táo
- ½ thìa cà phê Tiêu
- 1 thìa cà phê rau mùi tây băm
- ¼ cốc kem béo hoặc kem chua
- 1 quả trứng luộc chín, thái lát
- 1 củ cải luộc hoặc ngâm, thái lát

HƯỚNG DẪN:

a) Trộn thịt đã cắt với hành tây băm.
b) Đánh đều dầu, giấm, hạt tiêu và mùi tây.
c) Khuấy kem vào nước sốt.
d) Trộn nước sốt với các loại thịt, trộn nhẹ.
e) Trang trí với trứng thái lát và củ cải đường.
f) Phục vụ món Salad thịt Na Uy này như món salad chính. Thưởng thức!

60. Hành tây chiên kiểu Đan Mạch

THÀNH PHẦN:
- 4 củ hành trắng lớn
- ½ chén bột mì đa dụng, chưa rây
- Dầu salad 1½ inch

HƯỚNG DẪN:
a) Gọt vỏ và cắt hành tây mỏng. Tách các lát thành từng khoanh và cho vào túi lớn cùng với bột mì.
b) Đóng túi và lắc để phủ các vòng.
c) Trong một cái chảo sâu 3 lít ở nhiệt độ cao, cho dầu salad lên 300 độ.
d) Cho khoảng ⅓ lượng hành vào dầu và nấu trong khoảng 10 phút hoặc cho đến khi hành có màu vàng nâu. Điều chỉnh nhiệt để duy trì nhiệt độ 275 độ.
e) Khuấy hành thường xuyên. Dùng thìa có rãnh, vớt hành ra khỏi dầu và để ráo nước trên vật liệu thấm nước. Loại bỏ bất kỳ hạt nào có màu nâu nhanh hơn những hạt khác để tránh chúng bị cháy.
f) Nấu phần hành còn lại trong dầu, làm theo quy trình tương tự.
g) Phục vụ hành tây ấm hoặc lạnh. Khi nguội hoàn toàn, bảo quản kín để sử dụng sau.
h) Bảo quản trong tủ lạnh tối đa ba ngày hoặc 1 tháng trong tủ đông.
i) Phục vụ ngay từ tủ lạnh hoặc tủ đông. Để hâm nóng lại, trải thành một lớp trên chảo nông và cho vào lò nướng 350 độ trong 2 hoặc 3 phút.

61. Cà chua nướng phô mai Feta của Đan Mạch

THÀNH PHẦN:
- 3 quả cà chua lớn, cắt làm đôi
- Một chút hạt tiêu
- ½ cốc sốt Mayonnaise
- ½ chén phô mai Feta Đan Mạch, vụn mịn
- 1 muỗng canh hành lá xắt nhỏ
- ⅛ thìa cà phê húng tây khô

HƯỚNG DẪN:
a) Cà chua lõi nhẹ, sau đó rắc hạt tiêu.
b) Trong một cái bát, trộn đều sốt mayonnaise, phô mai Feta Đan Mạch, hành lá xắt nhỏ và húng tây khô.
c) Đổ hỗn hợp Feta vào nửa quả cà chua.
d) Đun trong khoảng 5 phút hoặc cho đến khi mặt trên có màu nâu vàng.

62. Tôm hùm Na Uy với khoai tây và salad kem

THÀNH PHẦN:
MAYONNAISE (CÔNG THỨC CƠ BẢN):
- 3 lòng đỏ trứng tươi (nhỏ)
- 1 muỗng canh giấm rượu trắng
- 1 thìa nước cốt chanh
- 1 thìa cà phê mù tạt xay mịn Dijon chất lượng tốt
- Muối biển và tiêu đen xay tươi
- 150 ml dầu ô liu chất lượng tốt (1/4 pint)
- 290 ml Dầu salad chất lượng tốt (dầu hướng dương, nhưng không phải dầu đậu nành) (1/2 pint)
- 1 nhúm đường bột

Salad khoai tây NOSH:
- 450 gram Khoai tây mới nhỏ (1 lb)
- 6 củ hành lá, thái mỏng theo đường chéo
- 150 ml Mayonnaise (1/4 pint) (xem công thức ở trên)
- 4 thìa kem chua
- 3 thìa hẹ tươi thái nhỏ
- Muối biển và tiêu đen xay tươi

TÔM HÙM:
- 1 con tôm hùm (1,5 đến 2,5 lb)
- 180 gram muối biển (6 oz)
- 1 gallon nước
- 1 quả ớt đỏ thái nhỏ (bỏ lõi và bỏ hạt)
- 2 tép tỏi, nghiền nát

HƯỚNG DẪN:
MAYONNAISE (CÔNG THỨC CƠ BẢN):
a) Trộn lòng đỏ trứng với giấm và để trong 5-10 phút, khuấy một hoặc hai lần.
b) Đánh lòng đỏ với muối và mù tạt. Rưới các loại dầu đã hỗn hợp vào, trộn kỹ, đánh liên tục cho đến khi dùng hết một nửa dầu.
c) Thêm nước cốt chanh vào và tiếp tục đổ dầu vào đánh đều.
d) Điều chỉnh gia vị. Nếu mayo trông quá mỏng hoặc bị tách lớp, hãy đánh một lòng đỏ khác vào một bát riêng và đổ dần hỗn hợp ban đầu vào, đánh đều.

Salad khoai tây NOSH:

e) Luộc khoai tây trong nước muối cho đến khi mềm nhưng có phần giữa 'sáp'. Ngâm trong nước đá, để ráo nước và gọt vỏ. Cắt thành từng khoanh mỏng.
f) Thêm hành lá thái lát vào sốt mayonnaise và kem chua. Nêm muối và hạt tiêu đen xay tươi.
g) Thêm khoai tây thái lát vào, trộn nhẹ nhàng nhưng kỹ lưỡng. Thêm hẹ vào và trộn đều. Nếu hỗn hợp có cảm giác quá khô, hãy thêm mayo cho đến khi ẩm.

TÔM HÙM:

h) Luộc tôm hùm trong chảo nước muối sôi lớn trong 10-15 phút cho đến 1,5 lb và 15-20 phút cho đến 2,5 lb.
i) Tôm hùm chín khi nước sôi nhẹ. Cắt tôm hùm làm đôi.
j) Loại bỏ dạ dày và ruột, làm sạch phần còn lại và thưởng thức.
k) Để phục vụ, thêm ớt đỏ thái nhỏ và tỏi nghiền vào hỗn hợp mayo. Đặt một con búp bê vào khoảng trống còn lại sau khi cắt bỏ dạ dày.

63. Đậu nướng Thụy Điển

THÀNH PHẦN:
- ¾ chén hành tây thái lát mỏng
- ½ cốc cà rốt thái hạt lựu
- 1 muỗng canh tỏi băm
- 1 muỗng canh dầu ô liu
- ⅓ cốc rượu vang trắng
- 3 chén đậu Thụy Điển nấu chín của Esther
- ⅓ cốc mật đường đen
- 2 thìa nước tương
- 1 muỗng canh mù tạt Dijon
- Muối; nếm thử
- Hạt tiêu vừa mới nghiền; nếm thử

HƯỚNG DẪN:
a) Làm nóng lò trước ở 350 độ.
b) Trong chảo xào, xào hành tây, cà rốt và tỏi trong dầu ô liu trên lửa vừa cho đến khi chín vàng nhẹ.
c) Kết hợp với các nguyên liệu còn lại và cho vào nồi có phết bơ hoặc dầu nhẹ.
d) Nướng không đậy nắp trong 35 đến 40 phút.

64. Táo nướng Na Uy

THÀNH PHẦN:
- 2 quả táo nướng lớn màu đỏ
- 4 ounce Phô mai Gjetost, 1 cốc cắt nhỏ
- ⅓ cốc hồ đào cắt nhỏ
- ¼ cốc nho khô
- 2 thìa đường nâu
- ½ muỗng cà phê quế
- ⅛ thìa cà phê Hạt nhục đậu khấu

HƯỚNG DẪN:

a) Cắt đôi những quả táo nướng lớn màu đỏ và bỏ lõi để tạo thành hai nửa quả táo.

b) Trong một đĩa an toàn với lò vi sóng 8 inch, kết hợp phô mai Gjetost cắt nhỏ, quả hồ đào cắt nhỏ, nho khô, đường nâu, quế và nhục đậu khấu.

c) Đổ từng phần hỗn hợp bằng nhau vào mỗi nửa quả táo.

d) Cho vào lò vi sóng ở nhiệt độ cao trong 5 đến 6 phút, xoay đĩa sau 3 phút (hoặc dùng đĩa xoay).

e) Che lại bằng màng bọc thực phẩm và để yên trong 3 phút.

65. Cuộn bắp cải kiểu Đan Mạch

THÀNH PHẦN:
- 1 bắp cải xanh vừa
- ½ thìa muối
- 2 muỗng canh bơ thực vật
- ½ chén hành tây xắt nhỏ
- ¾ chén cần tây thái hạt lựu
- 1 củ cà rốt, thái hạt lựu
- 1 pound thịt bò nạc xay
- ½ pound phô mai Havarti cắt lát
- ¾ cốc bia
- ½ chén tương ớt
- ½ cốc Havarti cắt nhỏ

HƯỚNG DẪN:
a) Rửa sạch bắp cải bằng nước lạnh và loại bỏ lá bên ngoài.
b) Đặt bắp cải vào ấm đun nước lớn với 2 cốc nước sôi. Che thật chặt. Đun sôi và giảm nhiệt. Nấu khoảng 3 phút.
c) Bắt đầu bóc lá và sắp xếp chúng trên một tấm nướng lớn. Dùng dao sắc cắt bỏ những phần gân nặng để phần lá bắp cải đầy đặn dễ cuộn.
d) Xếp 8 chiếc lá lớn và đặt những chiếc lá nhỏ hơn lên trên.
e) Trong một cái chảo lớn, làm tan chảy bơ thực vật. Thêm hành tây, cần tây và cà rốt.
f) Thêm thịt bò và màu nâu. Nấu không đậy nắp trong khoảng 5 phút.
g) Đặt một lát phô mai Havarti lên mỗi lá bắp cải. Đổ đầy mỗi cốc khoảng ½ cốc hỗn hợp thịt.
h) Gấp hai mặt lên trên miếng nhồi và cuộn lại. Xếp các cuộn bắp cải vào đĩa nướng (8½ x 12 inch) với mặt đường may hướng xuống dưới.
i) Đổ bia vào. Đậy chặt món ăn bằng giấy bạc.
j) Nướng ở 350 độ trong 30 phút.
k) Bỏ giấy bạc và đổ bia lên bắp cải.
l) Muỗng tương ớt trộn với phô mai bào sợi lên trên.
m) Quay trở lại lò nướng và nướng không đậy nắp thêm 5 phút.
n) Thưởng thức món bắp cải cuộn Đan Mạch của bạn!

66. Cole-Slaw Thụy Điển với thì là

THÀNH PHẦN:
- 1 cây thì là
- 1 củ cà rốt
- 1 tép tỏi
- 2 thìa nam việt quất khô
- 2 muỗng canh giấm rượu vang đỏ
- 2 thìa mật ong
- 2 muỗng canh dầu thực vật
- Muối và hạt tiêu cho vừa ăn

HƯỚNG DẪN:
a) Cắt nhỏ thì là.
b) Nướng cà rốt.
c) Nghiền tép tỏi.
d) Trong một tô trộn vừa, trộn thì là, cà rốt, quả nam việt quất và tỏi.
e) Trong một bát riêng, chuẩn bị nước sốt bằng cách trộn giấm rượu vang đỏ, mật ong, dầu thực vật, muối và hạt tiêu.
f) Thêm nước sốt vào hỗn hợp salad, điều chỉnh theo khẩu vị.
g) Để yên ít nhất 4 giờ để hương vị hòa quyện và để thì là ngấm gia vị.

67. Rutabagas Thụy Điển

THÀNH PHẦN:
- 2 củ cải cỡ vừa, gọt vỏ, cắt làm tư và thái lát dày 1/4"
- 2 thìa đường nâu
- ½ thìa cà phê gừng xay
- ½ thìa muối
- ⅛ muỗng cà phê Tiêu
- 2 thìa bơ

HƯỚNG DẪN:
a) Nấu rutabagas trong nước muối sôi; làm khô hạn.
b) Trong một cái bát, trộn đường nâu, gừng, muối và hạt tiêu. Trộn kỹ.
c) Thêm hỗn hợp đường và gia vị cùng với bơ vào rutabagas.
d) Khuấy nhẹ trên lửa nhỏ cho đến khi đường tan, khoảng 2 đến 3 phút.

68. Salad dưa chuột Đan Mạch

THÀNH PHẦN:
- 3 quả dưa chuột lớn, gọt vỏ
- Muối
- ⅔ cốc giấm trắng
- ½ cốc nước
- ½ cốc đường
- ½ thìa muối
- ¼ thìa cà phê Tiêu trắng
- 2 thìa lá thì là tươi, cắt nhỏ hoặc
- 1 thìa thì là khô
- Cà chua bi đỏ/vàng (để trang trí)

HƯỚNG DẪN:

a) Cắt dưa chuột thật mỏng. Xếp chúng thành từng lớp trong một chiếc bát không nhôm, rắc muối lên từng lớp.
b) Đặt một cái đĩa lên trên dưa chuột và đặt một vật nặng lên trên đĩa. Để chúng ở nhiệt độ phòng trong vài giờ hoặc qua đêm trong tủ lạnh.
c) Xả dưa chuột thật kỹ. Lau khô trên khăn giấy. Quay trở lại một cái bát.
d) Trong một chảo nhỏ, đun sôi giấm, nước, đường, muối và hạt tiêu.
e) Giảm nhiệt và đun nhỏ lửa trong 3 phút, khuấy cho đến khi đường tan.
f) Đổ hỗn hợp nóng lên dưa chuột.
g) Rắc thì là xắt nhỏ. Thư giãn trong 3 đến 4 giờ.
h) Để ráo dưa chuột và cho vào bát thủy tinh, xung quanh là cà chua bi.

69. Khoai tây mùi tây Na Uy

THÀNH PHẦN:
- 2 pound Khoai tây mới nhỏ màu đỏ
- ½ cốc bơ hoặc bơ thực vật
- ¼ chén mùi tây tươi, xắt nhỏ
- ¼ muỗng cà phê kinh giới khô

HƯỚNG DẪN:

a) Nấu khoai tây trong nước muối sôi trong 15 phút hoặc cho đến khi mềm.

b) Làm nguội khoai tây một chút. Dùng một con dao sắc, loại bỏ một dải da hẹp xung quanh giữa mỗi củ khoai tây.

c) Trong một cái chảo lớn, làm tan chảy bơ. Thêm rau mùi tây và kinh giới.

d) Thêm khoai tây và khuấy nhẹ nhàng cho đến khi phủ đều và đun nóng.

Súp TRÁI CÂY

70. Súp Táo Đan Mạch

THÀNH PHẦN:
- 2 quả táo lớn, bỏ lõi, gọt vỏ
- 2 cốc nước
- 1 thanh quế
- 3 tép nguyên
- ⅛ thìa cà phê muối
- ½ cốc đường
- 1 muỗng canh bột bắp
- 1 cốc mận mận tươi, chưa gọt vỏ và thái lát
- 1 cốc đào tươi, gọt vỏ và cắt nhỏ
- ¼ cốc rượu vang Port

HƯỚNG DẪN:

a) Kết hợp táo, nước, thanh quế, đinh hương và muối vào một cái chảo cỡ vừa.
b) Trộn đường và bột bắp rồi thêm vào hỗn hợp táo xay nhuyễn.
c) Thêm mận và đào vào đun nhỏ lửa cho đến khi những quả này mềm và hỗn hợp hơi đặc lại.
d) Thêm rượu vang cảng .
e) Mỗi phần ăn riêng lẻ có thêm một ít kem chua nhẹ hoặc sữa chua vani không béo.

71. Súp việt quất Na Uy

THÀNH PHẦN:
- 1 phong bì gelatin không mùi
- ¼ cốc nước lạnh
- 4 cốc nước cam tươi
- 3 thìa nước cốt chanh tươi
- ¼ cốc đường
- 2 cốc quả việt quất tươi, rửa sạch
- Bạc hà tươi, để trang trí

HƯỚNG DẪN:
a) Làm mềm gelatin trong nước lạnh trong cốc sữa trứng. Cho vào chảo nước nóng (không sôi) cho đến khi tan chảy và sẵn sàng sử dụng.
b) Kết hợp nước cam, nước chanh và đường với gelatin tan chảy. Khuấy cho đến khi đường và gelatin tan hết.
c) Làm lạnh cho đến khi hỗn hợp bắt đầu đặc lại.
d) Gấp quả việt quất vào hỗn hợp.
e) Chill cho đến khi sẵn sàng phục vụ.
f) Múc từng thìa vào cốc nước dùng đã ướp lạnh và trang trí bằng bạc hà tươi.
g) Thưởng thức món súp việt quất Na Uy sảng khoái của bạn!

72. Súp táo Đan Mạch với trái cây và rượu vang

THÀNH PHẦN:
- 2 quả táo lớn, bỏ lõi, gọt vỏ và cắt thành khối lớn
- 2 cốc nước
- 1 thanh quế (2 inch)
- 3 tép nguyên
- 1/8 muỗng cà phê muối
- ½ cốc đường
- 1 muỗng canh bột bắp
- 1 cốc mận mận tươi, chưa gọt vỏ và cắt thành 8 phần
- 1 cốc đào tươi, gọt vỏ và cắt thành khối lớn
- ¼ cốc rượu vang Port

HƯỚNG DẪN:
a) Kết hợp táo, nước, thanh quế, đinh hương và muối vào một cái chảo cỡ vừa.
b) Đậy nắp và nấu trên lửa vừa cho đến khi táo mềm.
c) Loại bỏ toàn bộ gia vị và xay nhuyễn bằng cách ép hỗn hợp nóng qua lưới lọc thô.
d) Trộn đều đường và bột bắp rồi thêm vào hỗn hợp táo xay nhuyễn.
e) Thêm mận và đào vào đun nhỏ lửa cho đến khi những quả này mềm và hỗn hợp hơi đặc lại. Việc này sẽ mất một thời gian rất ngắn.
f) Thêm rượu vang vào và nếm thử vị ngọt, thêm đường nếu cần. Tuy nhiên, hãy nhớ rằng hương vị của món súp táo này phải có vị chua.
g) Thư giãn thật kỹ.
h) Mỗi phần ăn riêng lẻ có thêm một ít kem chua nhẹ hoặc sữa chua vani không béo.
i) Rắc nhẹ kem hoặc sữa chua với một ít hạt nhục đậu khấu.

73. Súp ngọt Đan Mạch

THÀNH PHẦN:
- 1 lít nước ép trái cây màu đỏ
- ½ cốc nho khô, vàng
- ½ cốc nho
- ½ cốc mận khô; hoặc mận, bỏ hạt và cắt nhỏ
- ½ cốc đường
- 3 thìa bột sắn, phút
- 2 lát chanh
- Thanh quế nhỏ

HƯỚNG DẪN:

a) Trộn nước ép trái cây, nho khô, nho, mận và đường.

b) Đun nhỏ lửa trong vài phút rồi thêm vài lát chanh và một thanh quế nhỏ.

c) Thêm bột sắn.

d) Tiếp tục nấu cho đến khi khoai chín trong, khuấy đều để khoai không bị dính.

e) Múc từng thìa ra đĩa và dùng kèm với kem hoặc Cool Whip.

74.Súp trái cây Na Uy (Sotsuppe)

THÀNH PHẦN:
- 1 cốc mận khô bỏ hạt
- ¾ cốc nho khô
- ¾ cốc mơ khô
- Nước lạnh
- ¼ chén bột sắn nấu nhanh, chưa nấu chín
- 2 cốc nước
- 2 thìa nước cốt chanh
- 1 cốc nước ép nho
- 1 thìa cà phê giấm
- ½ cốc đường
- 1 thanh quế

HƯỚNG DẪN:

a) Kết hợp mận khô, nho khô và quả mơ trong nồi 3 lít. Thêm đủ nước để đậy nắp, khoảng 3 cốc. Đun sôi và đun nhỏ lửa trong 30 phút.

b) Trong một cái chảo nhỏ, đun sôi 2 cốc nước. Khuấy bột sắn và đun nhỏ lửa trong 10 phút.

c) Sau khi trái cây đã mềm, thêm bột sắn đã nấu chín, nước cốt chanh, nước nho, giấm, đường và thanh quế vào. Đun sôi, sau đó đun nhỏ lửa thêm 15 phút. Lấy thanh quế ra. Hỗn hợp sẽ đặc lại khi nguội; thêm một chút nước hoặc nước ép nho nếu nó có vẻ quá đặc.

d) Ăn nóng hoặc lạnh. Nếu dùng lạnh, có thể trang trí bằng kem đánh bông.

MÓN TRÁNG MIỆNG

75. Trái cây Thụy Điển trong rượu mùi

THÀNH PHẦN:
- 1 pint Quả việt quất, có vỏ
- 1 pint Quả mâm xôi, có vỏ
- 1 pint Dâu tây đã bỏ vỏ
- 1 pint nho đỏ
- 1 cốc đường cát
- ⅔ cốc rượu mạnh
- ⅔ cốc Rượu rum nhẹ
- Kem đánh bông để trang trí

HƯỚNG DẪN:
a) Đặt quả mọng và nho đỏ vào bát thủy tinh.
b) Thêm đường, rượu mạnh và rượu rum, thỉnh thoảng khuấy đều.
c) Ngâm qua đêm trong tủ lạnh.

76.Bánh tart sô cô la Thụy Điển konungens

THÀNH PHẦN:
- 2¼ cốc Bột mì đa dụng tốt nhất của Pillsbury
- ½ cốc Đường
- ⅓ cốc Ca cao
- ½ thìa cà phê Bột nở tác dụng kép
- ½ thìa cà phê Muối
- ¾ cốc Bơ
- 1 Trứng; hơi bị đánh đập
- 1 muỗng canh Sữa -Làm đầy
- 1 Trứng
- ¼ cốc Đường
- ¼ cốc Bột mì đa dụng tốt nhất của Pillsbury
- 1 cái ly Sữa
- 1 muỗng cà phê Vani kiểu Pháp
- ½ cốc Kem đánh bông -Để làm nhân sô cô la---
- 3 muỗng canh Ca cao
- 3 muỗng canh Đường -Sô cô la kem---
- 2 muỗng canh Bơ; tan chảy
- 2 muỗng canh Ca cao
- ½ cốc Đường bánh kẹo
- 1 Lòng đỏ trứng
- ¼ thìa cà phê Vani kiểu Pháp

HƯỚNG DẪN:
a) NƯỚNG ở 375 độ trong 12 đến 15 phút.
b) Rây đều bột mì, đường, cacao, bột nở và muối.
c) Cắt bơ cho đến khi các hạt có kích thước bằng hạt đậu nhỏ.
d) Thêm 1 quả trứng đánh nhẹ và 1 thìa sữa; trộn bằng nĩa hoặc máy xay bánh ngọt.
e) Đặt trên một tấm nướng không mỡ lớn.
f) Cán bột trên khay nướng bằng cán bột thành hình chữ nhật 15 x 11 inch.
g) Cắt các cạnh bằng dao hoặc bánh ngọt. Cắt thành ba hình chữ nhật 11 x 5 inch.
h) Nướng trong lò vừa phải, 375 độ, trong 12 đến 15 phút.
i) Làm nguội trên tấm nướng. Nới lỏng cẩn thận bằng thìa.
j) Xếp các lớp lên trên tấm bìa cứng phủ giấy nhôm, trải đều giữa các lớp cách mép trong vòng ¼ inch.

k) Đỉnh băng giá. nếu muốn, trang trí với hạnh nhân cắt lát nướng. Làm lạnh cho đến khi lớp kem đông lại.
l) Bọc lỏng lẻo trong giấy nhôm; thư giãn qua đêm.

ĐỔ ĐẦY:
m) Đánh 1 quả trứng cho đến khi mịn và nhẹ.
n) Dần dần thêm đường, đánh liên tục cho đến khi đặc và nhẹ. Trộn bột mì.
o) Dần dần thêm sữa đã đun sôi lên trên nồi hơi đôi.
p) Đưa hỗn hợp trở lại nồi hơi đôi. Nấu trên nước sôi, khuấy liên tục cho đến khi đặc và mịn. Thêm vani; mát mẻ.
q) Đánh ½ cốc kem tươi cho đến khi đặc lại rồi cho vào phần nhân.
r) Kết hợp ½ cốc kem tươi, ca cao và đường. Đánh cho đến khi dày.

LỚP PHỦ SÔ CÔ LA:
s) Kết hợp bơ tan chảy, ca cao, đường bánh kẹo, lòng đỏ trứng và vani. Đánh bại cho đến khi thắng.

77.Bánh phô mai xanh Đan Mạch

THÀNH PHẦN:
VỎ TRÁI ĐẤT
- 11 ounce Bánh mì Pumpernickel (1 ổ bánh)
- ½ cốc bơ (Không có bơ thực vật)

BÁNH PHÔ MAI:
- 2 phong bì Gelatin không mùi
- ½ cốc nước lạnh
- Phô mai kem 4 ounce
- ¼ cốc đường hạt
- 4 ounce phô mai xanh Đan Mạch
- 1 cốc kem đặc
- 1 pound nho xanh không hạt

HƯỚNG DẪN:
VỎ TRÁI ĐẤT
a) Làm nóng lò ở nhiệt độ 250 độ F.
b) Làm khô các lát bánh mì trong lò cho đến khi chúng đủ cứng để dễ dàng bẻ vụn (khoảng 20 đến 25 phút).
c) Làm tan chảy bơ.
d) Nghiền nát bánh mì, làm khoảng 1,5 cốc vụn bánh mì.
e) Thêm bơ tan chảy và đường vào, trộn đều.
f) Nhấn các mảnh vụn vào khuôn bánh 9 inch.
g) Tăng nhiệt độ lò lên 350 độ F. và nướng vỏ bánh trong 15 phút.
h) Để nguội trước khi đổ đầy.

BÁNH PHÔ MAI:
i) Trong một cái chảo cỡ vừa, kết hợp gelatin với nước và nấu trên lửa vừa cao, khuấy liên tục cho đến khi hỗn hợp trong (khoảng 6 đến 8 phút). Mát mẻ.
j) Trong một tô trộn lớn, đánh kem phô mai cho đến khi mịn và nhẹ.
k) Nghiền kỹ phô mai xanh và kết hợp với phô mai kem.
l) Đổ hỗn hợp gelatin đã nguội vào tô cùng với phô mai và trộn đều.
m) Đánh kem cho đến khi cứng rồi trộn vào hỗn hợp phô mai.
n) Đổ nhân nhẹ nhàng vào lớp vỏ đã chuẩn bị sẵn.
o) Nhấn nho thẳng đứng vào chiếc bánh, để lộ phần ngọn.
p) Làm lạnh chiếc bánh trong vài giờ hoặc cho đến khi đông lại.

78. Pudding hạnh nhân Na Uy

THÀNH PHẦN:
- ¼ chén bột bắp
- 1 cốc sữa
- 2 quả trứng, tách riêng
- 1 cốc kem đặc
- ½ cốc đường
- ¼ chén hạnh nhân, nghiền mịn
- 1 thìa rượu Rum

HƯỚNG DẪN:

a) Đánh trứng đến khi tơi lên; để qua một bên.
b) Trộn bột ngô với ¼ cốc sữa thành hỗn hợp sệt. Đánh lòng đỏ trứng.
c) Trong một cái chảo, trộn phần sữa còn lại, kem đặc, đường và hạnh nhân nghiền mịn. Đun sôi.
d) Giảm nhiệt và khuấy đều hỗn hợp bột ngô. Nấu trong 5 phút trên lửa nhỏ, khuấy liên tục.
e) Tắt bếp và khuấy đều với rượu rum.
f) Gấp lòng trắng trứng đã đánh bông cứng vào.
g) Đổ hỗn hợp vào đĩa phục vụ và để nguội.
h) Ăn kèm với nước sốt trái cây ấm.
i) Hãy thưởng thức Pudding hạnh nhân Na Uy thú vị của bạn!

79. Bánh Xốp Thụy Điển

THÀNH PHẦN:
- 4 quả trứng; ly thân
- ½ thìa muối
- 4 muỗng canh Nước lạnh
- 1 chén bột làm bánh; hoặc 3/4 c bột mì đa dụng cộng với 1/4 c bột ngô
- 1 thìa cà phê chiết xuất chanh
- 1 cốc Đường; sàng lọc

HƯỚNG DẪN:
a) Đánh lòng đỏ trứng với nước lạnh cho đến khi đặc và có màu vàng nhạt.
b) Thêm chiết xuất chanh vào hỗn hợp lòng đỏ trứng.
c) Từ từ thêm đường và muối đã rây vào lòng đỏ trứng, đánh đều.
d) Rây bột bánh 4 lần rồi trộn vào hỗn hợp lòng đỏ.
e) Đánh 4 lòng trắng trứng cho đến khi tạo thành chóp, NHƯNG KHÔNG KHÔ. Cẩn thận gấp vào hỗn hợp lòng đỏ.
f) Đổ vào chảo ống hoặc chảo phẳng lớn 9x13 inch, CHỈ bôi mỡ vào đáy.
g) Nướng trong lò nướng 325 độ trong 45 phút.
h) Đảo ngược chảo ống cho đến khi bánh nguội.

80.Bánh quế Thụy Điển thuần chay (Kanelbullar)

THÀNH PHẦN:
BỘT
- 1 cốc sữa hạnh nhân không đường, hơi ấm (100°-110°F)
- ¼ cốc bơ thuần chay, tan chảy
- 2 muỗng canh đường hữu cơ
- 1 thìa cà phê men khô tức thời ½ thìa cà phê muối kosher
- 2¾ chén bột mì đa dụng, chia đều

ĐỔ ĐẦY
- 6 thìa bơ thực vật, nhiệt độ phòng
- 6 muỗng canh đường nâu đậm hữu cơ
- 1 muỗng canh quế xay

RỬA TRỨNG
- 2 thìa sữa hạnh nhân không đường
- 1 thìa cà phê mật hoa thùa

KEM PHỦ LÊN BÁNH
- 2 thìa sữa hạnh nhân không đường ½ cốc đường bột
- ¼ thìa cà phê chiết xuất vani Đường ngọc trai Thụy Điển, để rắc

HƯỚNG DẪN:
a) Đánh đều sữa hạnh nhân, bơ tan chảy và đường từ các nguyên liệu bột trong một tô trộn lớn.

b) Rắc men vào hỗn hợp sữa và để men nở trong 5 phút.

c) Thêm muối kosher và 2¼ cốc bột mì vào hỗn hợp sữa và men, sau đó trộn cho đến khi kết hợp tốt.

d) Đậy bát bằng khăn hoặc màng bọc thực phẩm và đặt ở nơi ấm áp để ủ trong 1 giờ hoặc cho đến khi kích thước tăng gấp đôi.

e) Mở nắp và nhào ½ cốc bột mì đa dụng vào khối bột đã nổi. Tiếp tục nhào cho đến khi nó mất đi độ dính. Bạn có thể cần thêm bột mì.

f) Cán bột thành hình chữ nhật lớn, dày khoảng ½ inch. Cố định các góc để đảm bảo chúng sắc nét và đều nhau.

g) Phết bơ thuần chay đã làm mềm từ nguyên liệu làm nhân lên bột và rắc đều đường nâu và quế.

h) Cuộn bột lại, tạo thành khúc gỗ rồi kẹp kín đường may. Đặt mặt đường may xuống. Cắt bỏ những phần không đồng đều ở hai đầu.

i) Cắt khúc gỗ làm đôi, sau đó chia mỗi nửa thành 8 miếng có kích thước bằng nhau, dày khoảng 1 inch rưỡi.

j) Lót khay thức ăn bằng giấy da, sau đó đặt các cuộn quế lên khay.

k) Đậy lại bằng màng bọc thực phẩm và đặt ở nơi ấm áp để ủ trong 30 phút.
l) Chọn chức năng Làm nóng trước trên Lò nướng bánh mì Air Fryer, điều chỉnh nhiệt độ đến 375°F và nhấn Bắt đầu/Tạm dừng.
m) Đánh đều các nguyên liệu rửa trứng và phết nhẹ nước rửa lên mặt bánh quế.
n) Đặt khay thức ăn có bánh quế vào vị trí chính giữa trong lò đã làm nóng trước.
o) Chọn chức năng Nướng, điều chỉnh thời gian thành 18 phút và nhấn Bắt đầu/Tạm dừng.
p) Loại bỏ khi hoàn tất.
q) Đánh đều sữa hạnh nhân, đường bột và chiết xuất vani từ các nguyên liệu làm men để làm kem, phết đều lên bánh quế, sau đó rắc đường ngọc trai Thụy Điển lên bánh.
r) Làm nguội trước khi dùng, hoặc ăn ấm.

81. Bánh cà phê Puff Thụy Điển

THÀNH PHẦN:
- 1 cốc bột mì đa dụng
- 1/2 chén bơ lạnh, cắt hạt lựu
- 2 thìa nước đá

PHỦ BÊN TRÊN THỨC ĂN:
- 1 ly nước
- 1/2 cốc bơ
- 1 muỗng cà phê chiết xuất hạnh nhân
- 1 cốc bột mì đa dụng
- 3 quả trứng lớn

KEM PHỦ LÊN BÁNH:
- 1 cốc đường bánh kẹo
- 2 muỗng canh bơ, làm mềm
- 1 muỗng canh sữa 2%
- 1 muỗng cà phê chiết xuất hạnh nhân
- 1 chén dừa nạo ngọt

HƯỚNG DẪN:
a) Làm nóng lò nướng ở nhiệt độ 375°.
b) Trong một bát nhỏ, cho bột mì vào; cắt bơ cho đến khi vụn. Thêm nước đá từ từ, dùng nĩa khuấy cho đến khi bột dính lại khi bạn ấn vào. Nhấn bột thành 10 inch. khoanh tròn trên khay nướng không phết dầu mỡ.
c) Lớp phủ: Đun nóng bơ và nước trong chảo lớn. Cất cánh khỏi nhiệt; trộn vào dịch chiết. Tất cả cùng một lúc, thêm bột mì; đánh cho đến khi hòa quyện. Nấu trên lửa vừa cho đến khi hỗn hợp tạo thành một khối và kéo ra khỏi thành chảo, trộn mạnh. Cất cánh khỏi nhiệt; để yên trong 5 phút.
d) Thêm từng quả trứng một; đánh đều sau mỗi lần cho đến khi mịn. Đánh cho đến khi bóng và mịn; phết lên bánh ngọt.
e) Nướng cho đến khi chín vàng nhẹ trong 30-35 phút; trong 5 phút cuối cùng, dùng giấy bạc đậy lại nếu cần để tránh bị chín quá. Chuyển từ chảo sang giá đỡ dây; để nguội hoàn toàn.
f) Làm men: Đánh tan chiết xuất, sữa, bơ và đường bánh kẹo cho đến khi mịn trong một cái bát nhỏ. Trải lên trên; rắc dừa.

82. Sữa trứng phô mai Thụy Điển

THÀNH PHẦN:
- 2 cốc sữa
- 2 quả trứng, đánh đều
- Muối, để nếm
- Một chút ớt bột
- 1 cốc phô mai, bào

HƯỚNG DẪN:
a) Trộn đều sữa và trứng đã đánh đều.
b) Thêm muối, ớt bột và phô mai bào. Trộn kỹ.
c) Đổ hỗn hợp vào khuôn đã phết dầu tốt.
d) Che lại bằng giấy và đặt vào chảo nước nóng.
e) Nướng trong lò 350°F cho đến khi chín.
f) Làm lạnh, mở khuôn và dùng kèm với rau diếp với nước sốt mong muốn.

83. Kem Thụy Điển với quả mọng

THÀNH PHẦN:
- 1 phong bì gelatin không mùi
- ¼ cốc nước lạnh
- 2⅓ cốc Kem đánh bông
- 1 thùng dâu tây đông lạnh hoặc 2 hộp dâu tươi (nhỏ)
- 1 cốc đường
- 1 lít kem chua
- 1 muỗng cà phê chiết xuất vani

HƯỚNG DẪN:
a) Hòa tan gelatin vào nước, để yên 5 phút cho mềm.
b) Cho kem vào chảo; thêm đường và gelatin. Đun nóng nhẹ nhàng cho đến khi có độ sệt như kem, khuấy nhẹ.
c) Hủy bỏ nhiệt và làm mát cho đến khi dày. Đặt trong tủ lạnh trong 30 đến 60 phút để nhanh chóng dày lên.
d) Khi đặc lại một phần, cho kem chua và vani vào.
e) Đổ vào ly sherbet, chừa chỗ cho quả mọng. Thư giãn trong 8 giờ.
f) Lấy ra khỏi tủ lạnh, phủ một thìa quả mọng lên trên lớp kem Thụy Điển. Nước ép từ quả mọng thêm hương vị.

84. Nón Đan Mạch

THÀNH PHẦN:
- ½ cốc bơ
- ½ cốc đường
- 5 lòng trắng trứng
- 1 cốc bột mì

HƯỚNG DẪN:
a) Kem bơ, sau đó thêm đường và trộn đều.
b) Thêm bột mì đã rây và trộn lòng trắng trứng đánh bông cứng.
c) Trải bột vào chảo bánh bơ và nướng trong lò vừa phải cho đến khi có màu nâu nhạt.
d) Khi còn ấm, cắt thành hình vuông và tạo thành Krammerhus hoặc hình nón.
e) Ngay trước khi phục vụ, đổ đầy kem đánh bông có vị ngọt nhẹ và hương vị.

85. Bánh pudding Giáng sinh Na Uy

THÀNH PHẦN:
- 1 pound bơ
- 2 cốc nước
- 6 thìa bột mì
- 1¼ chén bột mì
- 6 cốc sữa
- ½ thìa muối
- 1 quả trứng đánh
- 2 thìa cà phê Đường
- Quế

HƯỚNG DẪN:

a) Đun chảy bơ và nước với nhau, đun sôi trong 5 phút.
b) Thêm 6 thìa bột mì vào và dùng máy đánh trứng khuấy đều. Để yên trong vài phút và loại bỏ mỡ chảy ra (cách này sẽ được sử dụng sau).
c) Thêm 1¼ chén bột và khuấy lại.
d) Thêm sữa đã được đun nóng. Sử dụng máy trộn điện để tránh bị vón cục. Trong khi đánh, thêm muối, trứng đánh và đường.
e) Cho hỗn hợp vào nồi sành để giữ ấm, rưới mỡ đã tách béo lên trên bánh pudding. Thêm đường và quế cho vừa ăn.
f) Thưởng thức bánh pudding Giáng sinh Na Uy của bạn!

86.Lingonberry Thụy Điển Pavlova

THÀNH PHẦN:
- 6 lòng trắng trứng
- 1 1/2 chén đường cát
- 1 muỗng canh bột bắp
- 1 muỗng cà phê giấm trắng
- 1 cốc kem tươi
- 1/2 cốc mứt dâu lingon
- Quả nam việt quất tươi để trang trí

HƯỚNG DẪN:

a) Làm nóng lò ở nhiệt độ 300°F (150°C). Dòng một tấm nướng bánh bằng giấy giấy da.

b) Trong một tô trộn lớn, đánh lòng trắng trứng cho đến khi tạo thành chóp mềm.

c) Dần dần thêm đường, mỗi lần một muỗng canh, đồng thời tiếp tục đánh lòng trắng trứng cho đến khi tạo thành chóp cứng.

d) Nhẹ nhàng trộn bột bắp và giấm trắng vào.

e) Múc hỗn hợp meringue lên khay nướng đã chuẩn bị sẵn, tạo thành khuôn bánh pavlova tròn với các cạnh hơi nhô lên.

Nướng trong 1 giờ hoặc cho đến khi pavlova giòn bên ngoài và hơi mềm bên trong. Tắt lò và để pavlova nguội hoàn toàn bên trong lò.

Khi pavlova đã nguội, hãy cẩn thận chuyển nó vào đĩa phục vụ. Đổ đầy kem tươi vào giữa và phủ mứt dâu linh chi lên trên.

Trang trí với quả nam việt quất tươi và thưởng thức.

87.Bánh sô cô la Thụy Điển

THÀNH PHẦN:
- 1 cốc rút ngắn
- 1½ cốc đường
- 3 quả trứng
- 2 ounce Sôcôla nướng (không đường), tan chảy
- 2 chén bột làm bánh
- 2 thìa cà phê bột nở
- 1 thìa cà phê muối
- ¼ muỗng cà phê Baking soda
- 1 cốc kem, nặng
- 2 muỗng cà phê chiết xuất vani

HƯỚNG DẪN:

a) Làm nóng lò ở nhiệt độ 325 độ F. Bơ chảo Bundt và rắc khoảng 2 thìa vụn bánh mì khô, đảm bảo bánh được phủ đều.
b) Trong một tô lớn, đánh kem cùng đường và mỡ.
c) Cho từng quả trứng vào trộn đều, đánh đều sau mỗi lần thêm.
d) Khuấy sô cô la tan chảy.
e) Rây bột bánh, bột nở, muối và baking soda với nhau.
f) Kết hợp kem đặc và chiết xuất vani.
g) Lần lượt thêm hỗn hợp kem và các nguyên liệu khô đã rây vào hỗn hợp sô cô la, bắt đầu và kết thúc bằng nguyên liệu khô.
h) Đổ bột nhồi vào cái chảo đã được chuẩn bị.
i) Nướng trong 50-60 phút hoặc cho đến khi cắm tăm vào giữa và thấy tăm sạch.
j) Làm nguội bánh trong chảo vài phút trước khi lấy ra.

88. Bánh cà phê Na Uy "Kringlas"

THÀNH PHẦN:
- ½ cốc bơ thực vật
- 1 cốc đường
- 1 thìa cà phê Vani
- 1 quả trứng
- 1 cốc bơ sữa
- 1 muỗng cà phê baking soda
- 3 cốc bột mì
- 2½ thìa cà phê bột nở
- 1 thìa cà phê muối

HƯỚNG DẪN:

a) Trộn vani và trứng cho đến khi hòa quyện. Thêm bơ sữa và soda (hoặc 7up) rồi rây nguyên liệu khô vào hỗn hợp này.

b) Thêm các thành phần còn lại, trộn đều. Đặt hộp vào tủ lạnh và làm lạnh qua đêm.

c) Lấy bột đã nguội ra và cuộn từng miếng nhỏ thành dải dài. Tạo chúng thành hình số tám (như bánh quy xoắn). Cho chúng vào tủ lạnh khoảng một giờ, để chúng tăng lên độ cao mong muốn.

d) Làm nóng lò ở nhiệt độ 450 độ F. Nướng kringlas trong lò làm nóng trước khoảng 6 đến 8 phút. Hãy để ý đến chúng vì thời gian nướng có thể thay đổi tùy theo điều kiện thời tiết. Chúng phải có màu nâu nhạt trước khi lấy ra khỏi lò.

e) Làm lạnh là một bước quan trọng trong quá trình làm "Kringla". Mặc dù bạn có thể nướng chúng mà không cần để lạnh, nhưng hương vị sẽ tăng lên khi chúng được làm lạnh. Thưởng thức Bánh cà phê Na Uy "Kringlas" tự làm của bạn!

89. Bánh táo và mận Đan Mạch

THÀNH PHẦN:
- 5 ounce bơ
- 7 ounce đường bột
- 2 quả trứng, đánh đều
- 3 ounce bột tự nâng
- 4 ounce hạnh nhân xay
- 4 ounce sữa
- 1 thìa cà phê Vani
- 1 muỗng canh nước sôi
- ½ thìa cà phê bột nở
- 8 quả mận chín, xắt nhỏ
- 4 ounce Quả óc chó đã bóc vỏ, thái nhỏ và trộn với 2 thìa đường
- 2 quả táo xanh, bỏ lõi và thái lát
- 3 thìa đường
- quế xay
- Bơ

HƯỚNG DẪN:
a) Trộn đều tất cả nguyên liệu làm bột trong máy xay thực phẩm, chạy trong 10 giây.
b) Chạy thìa xung quanh bát và xử lý thêm 5 giây.
c) Đổ bột vào chảo bánh tròn 10 inch đã phết bơ kỹ.
d) Đặt mận lên bột.
e) Đổ hỗn hợp quả óc chó và đường lên trên.
f) Xếp các lát táo lên trên quả óc chó.
g) Nướng trong lò nướng nóng sẵn ở nhiệt độ 375 độ trong 45 phút.
h) Rắc bề mặt với đường và quế.
i) Chấm bơ và nướng thêm 20 đến 25 phút nữa hoặc cho đến khi xiên que ra sạch sẽ.
j) Thưởng thức bánh táo và mận Đan Mạch của bạn!

90. Món tráng miệng đại hoàng Na Uy

THÀNH PHẦN:
- 1 ½ pound đại hoàng
- 1½ cốc nước
- ¾ cốc đường
- ½ muỗng cà phê Vani
- 3 muỗng canh bột bắp
- 1 cốc kem đặc
- ¼ cốc đường
- 1 thìa cà phê Vani

HƯỚNG DẪN:
a) Rửa đại hoàng, cắt nhỏ và cắt thành lát ½ inch.
b) Hòa đại hoàng với nước và đường rồi đun nhỏ lửa cho đến khi mềm.
c) Khuấy vani.
d) Trộn bột ngô với một ít nước lạnh để tạo thành hỗn hợp sệt mịn.
e) Khuấy liên tục, thêm bột ngô vào đại hoàng và nấu trong 5 phút hoặc cho đến khi đặc và trong.
f) Đổ hỗn hợp vào đĩa phục vụ bằng thủy tinh.
g) Đánh kem đặc cho đến khi nổi bọt.
h) Thêm đường và vani vào kem đánh bông, tiếp tục đánh cho đến khi bông cứng.
i) Đổ kem đã đánh bông qua ống bánh ngọt theo hình xoáy trang trí lên trên hỗn hợp đại hoàng.
j) Ngoài ra, phủ lên trên một thìa kem đánh bông.
k) Nếu bạn thích ăn không có kem đánh bông, bạn cũng có thể dùng với một ít sữa đổ vào mỗi phần.

91. Tosca Thụy Điển

THÀNH PHẦN:
BÁNH NGỌT:
- ½ cốc nước sôi
- ¼ chén yến mạch cán
- ½ cốc đường nâu đóng gói chắc chắn
- ½ cốc đường
- 3 muỗng canh bơ thực vật nhẹ
- ½ muỗng cà phê chiết xuất hạnh nhân hoặc dừa
- 1 cốc bột mì đa dụng
- ¼ cốc trứng thay thế (hoặc 1 quả trứng)
- 1 muỗng cà phê bột nở
- ¼ thìa cà phê muối
- ¼ chén yến mạch cán

PHỦ BÊN TRÊN THỨC ĂN:
- ¼ cốc đường nâu đóng gói chắc chắn
- 1 thìa bột mì
- 2 muỗng canh bơ thực vật nhẹ
- ¼ cốc dừa
- 2 muỗng canh các loại hạt cắt nhỏ (tùy chọn)
- 2 thìa sữa gầy
- ¼ thìa cà phê Vani

HƯỚNG DẪN:

a) Làm nóng lò ở nhiệt độ 350°F. Xịt dung dịch xịt chống dính lên chảo vuông 8 inch. Đặt sang một bên.

b) Trong một bát nhỏ, trộn ¼ cốc yến mạch và nước sôi. Hãy để nó đứng trong 5 phút.

c) Trong một tô lớn, trộn đường, ½ cốc đường nâu, 3 thìa bơ thực vật, chiết xuất hạnh nhân hoặc dừa và trứng hoặc chất thay thế trứng. Đánh bại tốt. Thêm hỗn hợp yến mạch và đánh thêm 2 phút ở tốc độ trung bình.

d) Múc nhẹ bột vào cốc đong; chững lại. Thêm 1 chén bột mì, bột nở và muối. Đánh thêm 2 phút nữa.

e) Đổ bột vào đĩa nướng đã chuẩn bị. Nướng ở nhiệt độ 350°F trong 25-30 phút hoặc cho đến khi tăm rút ra sạch.

f) Trong khi đó, trong một bát nhỏ, trộn ¼ cốc yến mạch, ¼ cốc đường nâu và 1 thìa bột mì. Trộn đều. Cắt 2 thìa bơ thực vật cho đến khi vụn. Khuấy dừa và các loại hạt nếu sử dụng.

g) Thêm sữa và vani vào hỗn hợp trên và trộn đều.
h) Trải phần trên lên trên chiếc bánh nóng. Đun cách lửa khoảng 5-7 inch trong 2-3 phút, cẩn thận để bánh không bị cháy. Đun cho đến khi sủi bọt và vàng.
i) Làm nguội nhẹ trên giá lưới và dùng khi còn ấm.

92. Rủi ro Na Uy

THÀNH PHẦN:
- ¾ chén cơm
- 1 thìa cà phê muối
- 4 cốc sữa
- ½ cốc đường
- ½ thìa cà phê chiết xuất hạnh nhân
- 1 pint Kem béo, đánh bông và làm ngọt theo khẩu vị
- ½ chén hạnh nhân, xắt nhỏ
- 1 quả hạnh nhân, nguyên quả

HƯỚNG DẪN:

a) Nấu cơm và muối với sữa trong nồi đun đôi cho đến khi gạo mềm và hỗn hợp đặc lại, khoảng 1 tiếng rưỡi.
b) Thêm đường và chiết xuất hạnh nhân. Sự ớn lạnh.
c) Thêm hạnh nhân cắt nhỏ và một quả hạnh nhân nguyên hạt.
d) Khuấy kem đánh bông.
e) Ăn kèm với nước sốt trái cây màu đỏ (mâm xôi, dâu tây hoặc dâu tây).

93. nước xốt Đan Mạch

THÀNH PHẦN:
- 6 ounce Thịt xông khói nạc ở giữa, bỏ vỏ và thái nhỏ
- 1 củ hành tây nhỏ, thái nhỏ
- 3 muỗng cà phê bơ
- 3 muỗng cà phê Bột mì nguyên chất
- Lager 8 ounce chất lỏng
- 8 ounce phô mai Havarti bào
- 8 ounce phô mai Samso bào
- những quả dưa chuột chua ngọt nhỏ và những miếng bánh mì lúa mạch đen nhẹ để phục vụ

HƯỚNG DẪN:
a) Cho thịt xông khói, hành tây và bơ vào chảo đun đến khi thịt xông khói vàng và hành tây mềm.
b) Khuấy bột, sau đó thêm dần bia vào và nấu cho đến khi đặc lại, khuấy thường xuyên.
c) Thêm phô mai, khuấy liên tục và tiếp tục nấu cho đến khi phô mai tan chảy và hỗn hợp mịn.
d) Đổ vào nồi nước xốt và dùng kèm với dưa chuột và những miếng bánh mì lúa mạch đen nhẹ.

94. Bánh phô mai Thụy Điển

THÀNH PHẦN:
- 1 x Vỏ bánh ngọt cơ bản; 9"
- 2 cốc phô mai
- 3 quả trứng lớn
- ¼ cốc bột mì chưa tẩy trắng; đã sàng lọc
- ¼ cốc đường hạt
- 1 cốc kem nhẹ
- ½ cốc hạnh nhân; Nướng, thái nhỏ

HƯỚNG DẪN:
a) Làm nóng lò ở nhiệt độ 350 độ F.
b) Nhấn phô mai qua rây. Đặt vào một tô trộn lớn và đánh cho đến khi mịn.
c) Thêm trứng, bột mì, đường, kem và hạnh nhân thái nhỏ vào. Pha trộn tốt.
d) Đổ hỗn hợp vào vỏ bánh ngọt 9 inch đã chuẩn bị sẵn.
e) Nướng trong khoảng 45 phút hoặc cho đến khi rút dao ra sạch sẽ.
f) Lấy bánh ra khỏi lò và để nguội trước khi dùng.

95. Bánh tart cá hồi Na Uy

THÀNH PHẦN:
- 10 thìa Bơ
- 2 tách Bột mì
- Nước; lạnh lẽo
- 1 muỗng canh Bơ
- 1 lớn Củ hành; băm nhỏ
- 1 cái ly Nấm; cắt lát
- ½ cốc Kem chua
- 1 đồng Phi lê cá hồi
- 2 Trứng; bị đánh nhẹ
- 2 thìa cà phê Rau thì là; tươi, cắt nhỏ
- Muối
- Hạt tiêu
- 1 Lòng trắng trứng; hơi bị đánh đập
- 1 cái ly Kem chua
- 2 thìa cà phê Hẹ; băm nhỏ
- 1 muỗng cà phê Rau thì là; tươi, cắt nhỏ
- 1 dấu gạch ngang Bột tỏi

HƯỚNG DẪN:
ĐỂ LÀM BÁNH:
a) Cắt bơ thành bột bằng máy xay bánh ngọt và thêm nước, mỗi lần một ít nước, cho đến khi tạo thành khối bột cứng.

b) Cuộn và cắt vỏ bánh trên và dưới cho 12 chiếc bánh tart.

ĐỂ LÀM ĐIỀN :
c) Trong chảo, làm tan chảy bơ, thêm hành tây và nâu. Thêm nấm và kem chua; đun nhỏ lửa trong năm phút và để nguội. Trong khi đó, luộc hoặc hấp cá cho đến khi dễ bong ra. Xả cá và vẩy trong tô. Trộn cả trứng và thì là với cá. Nêm muối và hạt tiêu cho vừa ăn.

d) Trộn hỗn hợp cá và nấm rồi đổ vào lớp vỏ dưới cùng. Phủ lớp vỏ thứ hai lên trên và kẹp các cạnh lại với nhau để bịt kín.

e) Quét lòng trắng trứng lên lớp vỏ và các cạnh trên cùng. Lớp vỏ gai cho lỗ thông hơi.

f) Nướng 10 phút ở 450 độ F., hoặc cho đến khi lớp vỏ có màu nâu vàng.

ĐỂ LÀM TOPPING:
g) Trộn đều kem chua và gia vị.

h) Thêm một thìa vào mỗi chiếc bánh tart trước khi dùng.

ĐỒ UỐNG

96. Búa thần

THÀNH PHẦN:
- 15 ml nước cốt chanh
- 15 ml nước cam
- 30 ml rượu punch Thụy Điển
- 60 ml rượu rum trắng nhạt

HƯỚNG DẪN:

a) Lắc nguyên liệu với đá và lọc vào ly ướp lạnh.
b) Trang trí bằng cách xoắn vỏ cam.

97. Bác sĩ

THÀNH PHẦN:
- 22 ml nước cốt chanh
- 45 ml rượu rum lâu năm
- 45 ml rượu punch Thụy Điển

HƯỚNG DẪN:
a) Lắc nguyên liệu với đá và lọc vào ly ướp lạnh.
b) Trang trí bằng cách xoắn vỏ chanh.

98. Hỗn hợp cà phê Thụy Điển

THÀNH PHẦN:
- ½ cốc hạt cà phê hòa tan
- ¼ cốc đường nâu đóng gói chắc chắn
- ¼ muỗng cà phê quế xay
- ¼ thìa cà phê đinh hương xay
- ¼ muỗng cà phê hạt nhục đậu khấu
- ¼ thìa cà phê vỏ cam bào

HƯỚNG DẪN:
a) Kết hợp tất cả các thành phần, khuấy đều.
b) Bảo quản ở nhiệt độ phòng trong hộp kín.
c) Trộn 1 thìa cà phê hỗn hợp và 1 cốc nước sôi. Phủ kem tươi lên trên nếu muốn.

99. Ngọn giáo Thụy Điển

THÀNH PHẦN:
- 30ml nước ép bưởi hồng
- 30 ml rượu punch Thụy Điển
- 60 ml rượu whisky bourbon
- bia đắng của Anh

HƯỚNG DẪN:
a) Lắc ba thành phần đầu tiên với đá và lọc vào ly ướp lạnh. Đổ bia lên trên.
b) Trang trí bằng lát bưởi.

100.Cà phê Đan Mạch

THÀNH PHẦN:
- 8 tách cà phê nóng
- 1 cốc rượu rum đen
- 3/4 cốc đường
- 2 que quế
- 12 tép đinh hương (toàn bộ)

HƯỚNG DẪN:
a) Trong một cái chảo nặng rất lớn, kết hợp tất cả nguyên liệu, đậy nắp và giữ ở lửa nhỏ trong khoảng 2 giờ.
b) Phục vụ trong cốc cà phê.

PHẦN KẾT LUẬN

Khi kết thúc hành trình khám phá "Món ăn Scandinavia được tiết lộ", chúng tôi xin gửi lời cảm ơn chân thành vì đã cùng chúng tôi tham gia hành trình ẩm thực này qua những hương vị phong phú và đích thực của miền Bắc. Chúng tôi hy vọng 100 công thức nấu ăn này đã cho phép bạn thưởng thức tinh hoa của ẩm thực Scandinavia, mang hương vị ẩm thực kỳ diệu của vùng vào nhà bạn.

Cuốn sách nấu ăn này không chỉ là một bộ sưu tập các công thức nấu ăn; đó là lời mời đón nhận vẻ đẹp của sự đơn giản, niềm vui sáng tạo từ đầu và sự hài lòng đến từ việc chia sẻ những khoảnh khắc đầy hương vị quanh bàn ăn. Khi bạn thưởng thức những miếng cuối cùng của những sáng tạo đích thực của vùng Scandinavia này, chúng tôi khuyến khích bạn tiếp tục khám phá tấm thảm ẩm thực phong phú mà miền Bắc mang lại.

Mong rằng "Món ăn Scandinavi được tiết lộ" sẽ truyền cảm hứng cho những nỗ lực ẩm thực trong tương lai của bạn và mong rằng hương vị đích thực của Scandinavia sẽ tiếp tục mang đến cho căn bếp của bạn sự ấm áp, niềm vui và tinh thần hiếu khách của người Bắc Âu. Skål!

www.ingramcontent.com/pod-product-compliance
Lightning Source LLC
Chambersburg PA
CBHW050151130526
44591CB00033B/1247